MATAKOT KA

A WATTPAD HIT

BOOK 1

ELTHON B. CABANILLAS

BOOKSIDE Press

BookSide Press
877-741-8091
www.booksidepress.com
orders@booksidepress.com

Mensahe ng Sumulat

Sa aking mga minamahal na mambabasa, maraming salamat po sa inyong pagtangkilik at paglaan ninyo ng inyong panahon sa pagbabasa ng kwento kong ito. Pero bago kayo magpatuloy sa susunod na pahina at tuluyang paganahin ang imahinasyon at pumasok sa mundo ng kababalaghan at katatakutan ay hayaan ninyo munang ihatid ko sa inyo ang aking mensahe at paalala.

Ang aklat na ito ay walang koneksyon sa kahit na kaninong buhay na tao, mapaartista, pulitiko o maging normal na tao man. Ito ay walang bahid na katotohanan at pawang kathang-isip lamang. Nais ko pa ring itanim sa inyong mga puso na ang dasal at pananalig sa Puong Maykapal na siyang naglikha ng lahat ang pinakamabisang sandata laban sa takot at pangamba na nararamdaman natin sa mundong ibabaw na ito.

Ang misyon ng librong ito ay ang samahan kayo at kahit papaano'y malibang naman kayo sa tuwing bakanteng oras ninyo. Binabalaan ang mahihina ang puso at paniniwala na huwag nang magpatuloy at basahin ang librong ito o kung maari ay dapat ay may patnubay at gabay ng mga magulang lalo na sa mga batang mambabasa.

Nawa'y magustuhan ninyo ang tatlong kwentong aking pinaglaanan ng oras at panahon mapaganda lamang ang bawat eksena at karakter.

Muli, ako'y nagpapasalamat.

Sumasainyo,
Elthon B. Cabanillas

Chapter 1

"Bisita"

Napakatahimik ng gabi. Medyo mahangin sa labas. Tanging nang awit ng mga kuliglig lamang ang iyong maririnig. Sa sobrang tahimik, para bang wala nang taong nakatira sa mundo. Sa sobrang tahimik, nakakakilabot na sa pakiramdam. Mag-aalas-dyes na kasi ng gabi sa *Villa Margarita Subdivison* kung saan nakatira ang pamilya nina Miriam. Nasa bakasyon ang kanyang mga magulang na kung saan hindi na bago sa kanya, parati na kasi siyang naiiwan sa napakalaki nilang bahay. Kahit mayaman sina Miriam ay lumaki siyang mabait, mapagmahal at masipag na estudyante. Lahat ng mga nakakakilala sa kanya sa unibersidad kung saan siya nag-aaral ay hinahangaan siya, hindi lang dahil sa angkin niyang kagandahan kundi dahil na rin sa busilak niyang puso. Kaya naman hindi rin nahirapan ang mga katulong nila na magpaalam sa kanya para lumabas at magsaya kahit panandalian lamang. Kinuha nila ang pagkakataon habang nasa bakasyon ang mga amo nila. Kay Miriam lang kasi sila nakapagpapaalam nang maayos at walang kaba sa dibdib. Sa madaling salita, naiwan siyang mag-isa sa mansyon. Tahimik, malaki, madilim ang ibang parte ng bahay… nakakatakot.

Mag-aalas-dose na at hindi pa nakakauwi ang mga katulong nina Miriam, pero hindi ito ang pinoproblema ng dalaga, kundi ang sarili niya mismo. Hindi kasi siya makatulog. Kahit anong posisyon na ang ginagawa niya sa kanyang higaan pero wala pa ring nangyayari. Pinagod na niya ang kanyang mga mata sa kakabasa ng libro, kakagamit ng kanyang *cellphone* at kakasurf sa *internet* gamit ang kanyang *laptop*. Medyo sumasakit na ang ulo niya sa kakapilit niya sa sarili niyang matulog. Kaya naman nagdesisyon syang bumaba at kumuha ng gamot sa kusina at gatas na rin na hinihiling niyang makakatulong sana sa kanya na makaidlip. Lumabas siya ng kanyang kwarto suot ang kanyang pampatulog na kulay pink na kanyang paboritong kulay na halos kulay na ng kanyang buong kwarto. Mula sa higaan hanggang sa mga gamit niya sa paaralan. Nasa ikalawang palapag ang kwarto ni Miriam kaya kailangan niya pang bumaba sa napakahabang hagdanan nila na pakiramdam mo ay bumababa ka sa hagdanan ng isang palasyo. Malawak, malaki at magarbo. Makikita mo ang mga ribulto sa paanan nito na parang mga ribulto sa bansang *Greece* na kulay ginto na may hawak-hawak na mga ilaw. Tunay na dekalidad. May ibang mga ilaw sa bahay na hindi nakabukas at kasama na rito ang mga ilaw papuntang kusina. Kahit kasi mayaman sina Miriam ay hindi nila sinanay ang kanilang mga sarili na mag-aksaya ng kuryente sa pamamagitan ng pagbukas ng lahat ng ilaw kahit na walang taong gumagamit nito. Hinanap ni Miriam ang mga *switch* ng mga ilaw at isa-isa niya itong binuksan hanggang sa nakarating siya sa kusina. Kung umuwi lang sana nang maaga ang mga katulong nila, may mauutusan sana siya. Kumuha ng gamot si Miriam sa may kabinet at pagkatapos ay dumiretso na siya sa may *refrigerator* para kumuha ng gatas. Kumuha siya ng isang baso ng nasabing inumin at pinatay muli ang mga ilaw, maliban sa mga ilaw na hawak-hawak ng mga ribulto sa may hagdanan at tsaka pumanhik pabalik sa kanyang kwarto sa itaas. Ininum ni Miriam ang gatas nagbabakasakaling makatulong sa kanya na makatulog na, pero tatlumpong minuto na ang nakakalipas at wala pa ring nangyayari. Hindi pa rin makaramdam si Miriam ng antok, at hindi pa rin dumarating ang mga katulong nila. Dahil sa sobrang tahimik at pinagsawaan na rin ni Miriam ang kanyang *cellphone* at *computer*, wala na siyang ibang maisip kundi ang magsuklay na lamang ng kanyang buhok sa harap ng kanyang *Hello Kitty* na salamin. Habang nagsusuklay si Miriam, bigla na lamang tumunog ang kanilang *doorbell*.

Miriam: Hay, sa wakas. Dumating na rin sila.

Bumaba siya kaagad at lumabas ng kanilang bahay para buksan ang kanilang *gate*. Masyadong malayo ang *gate* nina Miriam sa sobrang laki din ng kanilang hardin. Nakikita lang mula sa loob ang labas ng bakuran nina Miriam, kaya papunta pa lamang siya ay alam na niya kung may tao sa labas o wala, at sa kasamaang palad, napansin ni Miriam na wala namang taong nakatayo sa labas nito. Kaya nilapitan niya ang gate para makasiguro… at wala nga talaga.

Miriam: Hay nako ang dami na talagang walang magawa sa buhay ngayon.

Kaya bumalik na lamang siya sa loob ng bahay. Papasok na sana siya ng pinto nang biglang tumunog ulit ang *doorbell* nila. Muli niyang tiningnan ang *gate*, at ganon pa rin. Wala pa ring tao. Agad na nagreport sa *security guard* ng *subdivision* si Miriam.

Guard: Sige po *ma'am* magpapadala na po kami ng mga tao diyan para magcheck sa lugar niyo kung may mga nakapasok pong tagalabas.

Miriam: Sige po salamat.

Kakababa lang ni Miriam ng telepono nang bigla na namang tumunog ang *doorbell*. Sa pagkakataong ito, ay hindi na siya lumabas, ang ginawa niya ay sumilip na lamang siya sa may bintana. Sa pangatlong pagkakataon na tiningnan niya ang labas ng kanilang *gate* ay may naaaninag na siyang imahe. Pumunta siya sa kanilang pinto para makasiguro, at pagdating niya sa may pinto ay talagang may tao nga...babae, nakatayo sa labas ng kanilang *gate*.

Miriam: Sino 'yan?!

Hindi sumagot ang babae sa may *gate*. Matapang na nilapitan ni Miriam ang babae. Nang palapit na siya sa may *gate* ay bigla nalang kumulog nang napakalakas! So sobrang gulat ni Miriam ay napapikit siya bigla sabay takip sa kanyang mga tenga. Nang natapos na ang kulog ay nagpatuloy siya sa paglalakad patungong *gate*, pero laking gulat niya nang nakita niyang wala ng tao sa labas. Hindi pa siya nakontento at nilapitan niya pa talaga ang *gate* para makasiguro.

Miriam: Miss?

Pero wala talagang tao. Babalik na sana si Miriam sa bahay nila nang sa unang hakbang niya paabante ay biglang...may tumawag sa kanya. *Friend?*

Chapter 2

Laking gulat ni Miriam nang makita niya ang kanyang kaibigan sa labas ng kanilang bakuran.

Miriam: *Friend!* Anong ginagawa mo dito?! Halika pasok ka. Buti naman at pinapasok ka ng mga *security*. Gabing-gabi na ah. Saan ka ba nanggaling? Anong nangyari sayo? May sugat ka ba, may nangyari bang masama sayo?

Alalang-alala si Miriam sa kanyang kaibigan na si Regina, kaklase niya mula high school hanggang college. Tinuring na rin nilang parang kapatid ang isa't isa. Tiningnan ni Miriam ang buong katawan ni Regina pero wala naman siyang makitang sugat, ni galos ay wala. Nakasuot pa ng uniporme si Regina at masyadong malumanay kung magsalita na para bang pagod na pagod, gutom o nauuhaw.

Miriam: Wala ka namang sugat. Ano ba talaga ang nangyari?!

Regina: *Okay* lang ako, walang masamang nangyari sa akin. Pero *friend* pwede ba sa loob na lang tayo mag-usap, kung *okay* lang sa'yo?

Miriam: Oo naman, para ka namang hindi pa nakakatulog dito.

Agad na pumasok ang dalawa baka kasi umulan bigla. Inalalayan nang konti ni Miriam si Regina dahil para na kasi itong matutumba sa kadahilanang hindi niya pa nasasabi. Pagpasok nila sa loob ng mansyon, dumiretso na sila sa may sala kung saan sila nag-usap. Pag-upo na pag-upo nila…

Miriam: O ano ba talaga ang nangyari? Nag-aalala na tuloy ako sayo.

Regina: Si Bogs. Iniwan na ako ni Bogs nang tuluyan. Hindi ko alam kung bakit, ni hindi niya nasabi sa akin kung bakit siya nakikipaghiwalay. *Friend* ang sakit.

Miriam: Sssshhhhhh… tama na yan. Para namang si Bogs na lang ang lalaki sa mundo kung makaiyak at makasisi ka sa sarili mo.

Si Miriam ang parating takbuhan ni Regina sa tuwing may kasalanang nagagawa si Bogs sa kanya o 'di kaya kung may pinagseselosan siya na hindi niya masabi-sabi sa kasintahan. Saksi na si Miriam sa saya, lungkot at galit na dumaan sa buhay pag-ibig ni Regina. Ilang ulit na rin siyang naging tulay para magkaayos ang dalawa.

Miriam: Ano ba talaga ang nangyari? Sige nga kwentuhan mo nga ako.

Regina: May babae si Bogs.

Miriam: Babae? Para namang bago pa 'yan sayo. Eh 'di ba nga ilang ulit na kayong nag-away dahil lang sa mga babaeng lumalapit sa kanya na pinaghihinalaan mo.

Regina: Pero iba 'to Miriam. Totoo na talaga 'to. Ako mismo ang nakahuli at nakakita sa kanila, at ang masakit pa…

Hindi maipagpatuloy ni Regina ang gusto niyang sabihin sa kaibigan na para bang may nag-uudyok sa kanyang 'di sabihin kung ano ba talaga ang tunay na nangyari. Tinitigan n'ya lamang si Miriam. Nanginginig ang kanyang mga labi, unti-unting namumuo ang mga luha sa kanyang mga mata. Namumula na ang ilong ni Regina dahil pilit niyang pinipigilan ang kanyang nararamdaman. Hanggang sa bumuhos na nga ito.

Miriam: Ssshhhh… hhhoooooooyyy… Parang malala na itong pag-aaway niyo ah. Hindi na ito *healthy*. Kung parati lang naman palang ganito. *Why don't you leave him* na?

Biglang bumalik sa katinuan ang mukha at pag-iisip ni Regina at muling tiningnan ang kaibigan.

Regina: Para saan? *So that he can have a happy ending with that… with that…*

At muling bumuhos ang emosyon ni Regina.

Miriam: Aba! Himala, 'di mo tinuloy. Gaano ba kayaman, o ka-espesyal o ka-maempluwensya 'tong babaeng 'to at 'di mo kayang banggitin ang pangalan niya, ha?

Umupong muli nang matuwid si Regina at inayos ang sarili. Pinunasan niya ang mga luha sa kanyang mga mata, ang kanyang mukha at pati na ang kanyang damit. Inayos niya ang kanyang buhok ng kanyang tali at muling hinarap ang kaibigan na may tapang at walang takot sa mga mata.

Regina: Sobra.

Rrrrrriiiiiiiinnnnnngggggggg…

Chapter 3

Nang biglang tumunog ang telepono sa itaas.

Miriam: *Oooops! That's my phone. Wait* lang *friend* ha. *Please make yourself at home.* Alam mo na naman ang mga pasikot-sikot dito. *Wait* lang talaga.

Tumayo si Miriam mula sa kinauupuan niya at naglakad patungong hagdanan papunta sa ikalawang palapag. Nang biglang…

Regina: *Friend?*

Miriam: O bakit?

Regina: Babalikan mo pa naman ako dito, 'di ba?

Miriam: Oo naman. Ano ba namang klaseng tanong 'yan?

Regina: Baka kasi makalimutan mo na ako dito eh.

Miriam: Hindi noh, ano ka ba? *I'll be back, promise. I'll just get my phone and answer it.* Baka kasi sina yaya na kasi 'yon. Lumabas kasi sila. Pinalabas ko. Sige, *wait* lang ha.

At tuluyan na ngang umakyat si Miriam papunta sa kanyang kwarto. Walang tigil ang kidlat at kulog na para bang may bagyong paparating. Unti-unti na ring lumalakas ang hangin at dahan-dahan na ring lumalamig ang paligid. Pagpasok ni Miriam sa kanyang kwarto ay agad niyang kinuha ang kanyang *phone* sa kanyang kama at binasa ang mensahe na galing sa isa pa niyang kaklase.

Mensahe: Miriam, Chloe *here. I tried to reach you but you're not answering. This is an emergency. Call me right away once you read this.*

Chineck ni Miriam ang kanyang *cellphone* at meron nga siyang 10 *missed calls*. Pero hindi naman niya narinig kanina na tumunog ang kanyang *phone*. Isang beses lang. Kaya inisip na lang niya na baka tumawag ang kanyang kaklase noong nasa labas siya ng bahay kaya hindi niya narinig. Pagkatapos niyang echeck ang kanyang *cellphone* ay agad niyang tinawagan si Chloe.

Rrrrrriiiiiiiinnnnnnggggggg...

Chloe: Hello?

Miriam: O Chloe, *sorry* ha hindi ko narinig noong tumawag ka. *I just read your message.* Ano bang nangyari?

Chloe: Buti naman at tumawag ka. *Okay*, makinig kang mabuti. Huwag kang magugulat ha.

Miriam: Ano ba kasi 'yun? Tinatakot mo naman ako eh.

Chloe: Eh kasi, ahm…

Miriam: Ano? Okay ka lang ba?

Chloe: Si Regina kasi… ahm…

Nang binangggit na ni Chloe ang pangalan ng kaibigan ay hindi na siya sumagot at naghintay na lamang sa idudugtong ng kaklase.

Chloe: Miriam si Regina… patay na. Ahm, alam kong nakakabigla at nakakalungkot ang balita. Pero wala akong *choice* kundi ang sabihin ka. Alam ko kasing ikaw talaga ang malapit sa kanya. May alam ka ba kung bakit siya nagpakamatay? May alam ka ba sa plano niyang pagtalon sa *building* natin? May nabanggit ba siya sayong problema o hinaing? *Hello?* Miriam? 'Andyan ka pa ba?

Hindi makapagsalita sa sobrang gulat si Miriam. Nanlaki bigla ang kanyang mga mata. Hindi niya alam kung ano ang isasagot kay Chloe. Nanginginig ang kanyang mga labi. Nakaramdam ng kilabot si Miriam sa kanyang buong katawan. Sasagot na sana si Miriam kay Chloe… nang biglang…

Miriam: Oo, nandito pa…

… namatay lahat ng ilaw sa buong bahay at ganon din ang kanyang *cellphone*. Biglang bumukas ang bintana sa kwarto ni Miriam at kumulog nang napakalakas. Nagulat ang dalaga at naluluha na siya sa sobrang takot. Ang sa isip niya, sino ang kausap niya kanina sa sala? Sinong Regina ang kaharap niya at kahawak kamay niya pa kanina? Bakit siya nasa bahay nila kung totoong patay na siya? Ano ang kailangan ng kaibigan niya sa kanya?

Chapter 4

Hindi alam ni Miriam kung ano ngayon ang nangyayari sa sala. Hindi niya alam kung ano ngayon ang ginagawa ng iniwan niyang kaibigan. Ni hindi niya ito kayang tawagin o mabigkas man lamang ang pangalan nito. Hindi na alam ni Miriam ang gagawin. Biglang naubos ang lakas niya nang malaman niya ang balita. Hindi na mapakali si Miriam nang biglang…

Regina: Miriam?! *Friend?!* Andyan ka pa ba?! Okay ka lang ba d'yan?!

Naiiyak na sa sobrang takot si Miriam. Hindi niya alam ang isasagot sa kaibigan.

Regina: Miriam?! Baka kung ano na ang nangyayari sayo diyan ha! Gusto mo pumanhik ako diyan at samahan kita?!

Nanlaki muli ang mga mata ni Miriam sa sinabi ng kaibigan. Kaya wala siyang magawa kundi ang sumagot kahit na nanginginig na ang kanyang boses.

Miriam: Ah, huwag na, friend! Okay lang! Pababa na rin ako! Hinahanap ko lang ang *flashlight*!

Regina: Bilisan mo! Kasi ang dilim dito oh!

Miriam: Oo sandali lang! Nandyan na!

Pilit na binubuksan ni Miriam ang kanyang *cellphone*, pero ayaw na talagang gumana. Sinubukan niya ang *landline* sa kwarto niya pero wala itong *dial tone*. Kinuha ni Miriam ang *emergency light* niya sa kanyang kwarto at ito ang ginamit niyang ilaw. Hindi niya alam kung ano ang gagawin. Kung bababa ba siya o kung mananatili na lamang ba siya sa kanyang silid. Naisip niyang humingi ng tulong. Pumunta siya sa kanyang bintana pero pagsilip niya sa labas ay nababalutan ito matinding kadiliman. Napakadilim na kahit ang ilaw niyang dala-dala ay walang naaaninag. Hindi pa nakaranas nang ganon kadilim si Miriam sa buong buhay niya. Walang tigil sa pagpatay-sindi ang kidlat sa labas. Ito na lamang ang tanging pag-asa ni Miriam para may makita siyang tao na dadaan para hingan niya ng tulong. Hinintay niya na muling kumidlat. Sa pangalawang pagkakataon na lumabas ang kidlat ay wala pa rin siyang nakikita. Pero sa pangatlong pag-ilaw nito ay laking gulat niya nang makita ang kaibigan sa labas ng kanilang bakuran. Sa daan, nakatayo, duguan. Tinaas nito ang kamay at pilit na inaabot sa kanya na para bang humihingi ng tulong. Nanlaki ang mga mata ni Miriam, ang lakas ng kabog ng kanyang dibdib. Biglang napaatras si Miriam at tumakbo palabas ng kanyang kwarto. Tumakbo siya sa may hagdanan pababa. Ang lakas ng kalabog ng bawat hakbang ng mga paa niya sa sahig. Pagdating na pagdating niya sa unang palapag ng kanilang bahay…

Regina: *Friend?*

Kumulog bigla na siyang nakadagdag pa sa kaba at takot ni Miriam. Tinawag siya ng kanyang kaibigan na nasa sala pa rin, nakaupo sa *sofa* sa kung saan huli silang nag-usap. Sa pagkakataong ito, malumanay kung magsalita ang kanyang kaibigan. Na para bang wala nang lakas na natitira sa kanyang boses. Mahinaon at nakakakilabot.

Regina: Nagmamadali ka 'ata. May problema ba? Ayaw mo na ba akong samahan dito?

Walang tigil ang pagpatak ng mga pawis ni Miriam sa kanyang buong katawan. Halos hinahabol na rin niya ang kanyang hininga. Hindi agad nakasagot ang dalaga sa kanyang kaibigan.

Miriam: Ahm, ah. Kasi…

Regina: Okay ka lang ba?

Biglang tumayo si Regina sa kanyang kinauupuan at naramdaman naman ito ni Miriam. Kaya bigla niyang hinarap ang kaibigan nang buong tapang.

Miriam: Diyan ka lang!

Biglang napatigil si Regina. Hindi kita ni Miriam ang mukha ng kaibigan dahil natatakpan, ito ng kadiliman ng kwarto pwera na lang ang kalahating bahagi ng kanyang katawan.

Regina: Ano bang nangyayari sa'yo? May problema ka ba sa akin?

Miriam: May itatanong ako sa'yo at gusto ko sagutin mo ako ng diretso.

Regina: Ano ba kasi 'yon?

Miriam: Totoo ba?

Regina: Ang alin?

Miriam: Totoo ba na…

Hindi madugtungan ni Miriam ang gusto niyang sabihin sa kaibigan dahil hindi pa lang niya ito binibigkas ay kinikilabutan na siya. Hindi maipaliwanang ni Miriam ang takot at kaba na kanyang nararamdaman.

Regina: Ano ba kasi ang nangyayari sa'yo?

Lalapit na sana si Regina kay Miriam nang biglang…

Miriam: Totoo bang patay ka na?!

Biglang tumahimik ang lahat at napatigil muli si Regina sa kanyang kinatatayuan. Kahit ang kulog at kidlat ay napahinto sa rebelasyong binitawan ni Miriam. Sa kasamaang palad… isang sagot ang gumulantang at nagbukas ng bangungot sa buhay ni Miriam na hinding-hindi niya malilimutan hanggang sa kanyang huling hininga.

Regina: *So,* alam mo na pala.

Sagot ng dalaga gamit ang boses na tila nanggagaling sa ilalim ng hukay.

Chapter 5

Alam na ni Miriam ang isasagot ng kaibigan. Pero ang hindi niya alam ay ang magiging reaksyon ng kanyang sarili sa katotohanang ang taong kasama niya sa loob ng bahay nila ay bangkay na pala. Biglang gumalaw si Regina sa kanyang kinatatayuan. Unti-unti siyang lumapit sa kaibigan. Unti-unting umaangat ang dilim na bumabalot sa tunay niyang mukha ngayong patay na siya. Unti-unting umaakyat ang anino ng kadiliman mula sa kanyang baywang papuntang dibdib hanggang umabot ito sa balikat at umakyat patungong mukha niya. Sa dibdib pa lang ay may mapapansin ka nang kakaiba. May dungis ng kulay pula na parang mga dugo ang suot ni Regina, mga patak na nasa iba't ibang parte ng naturang bahagi ng kanyang katawan. Nang tuluyan nang ipakita ng natitirang liwanag sa loob ng kwarto ang mukha ni Regina ay hindi na makapagsalita si Miriam. Nanigas na lamang siya na parang yelo sa kanyang kinauupuan. Duguan ang ulo ng kaibigan. Napakaputla ng kanyang mukha at puro puti na lamang ng kanyang mata ang nakalabas. Bitak-bitak ang labi at may konting ugat nang lumalabas sa kanyang pisngi. Nang maproseso na ni Miriam sa kanyang utak ang bagong itsura ng kaibigan ay saka lamang siya sumigaw at napaatras. Hindi namalayan ni Miriam ang rebulto sa kanyang likod at natumba siya kasama nito. Nabasag ang mamahaling rebulto na may hawak-hawak na ilaw. Napapikit na lamang si Miriam sa sobrang bilis ng mga pangyayari.

Miriam: Aaaahhhhh…!!!!

Nang tuluyang natumba si Miriam sa sahig ay napahawak na lamang siya sa kanyang ulo at pilit na ginigising ang sarili. Kailangan niyang manatili sa kanyang ulirat upang ligtas at buhay siyang makakalabas sa bangungot na nangyayari sa kanya na hinding-hindi niya makakalimutan. Nang bumalik na muli ang kanyang lakas, pagkabukas na pagkabukas niya ng kanyang mga mata ay biglang nawala ang kaibigan sa kung saan niya ito huling nakita. Muling bumalot ang matinding katahimikan. Nakiramdam muna ang dalaga, pilit na hinahanap ang kaibigan sa paligid pero hindi niya talaga ito makita. Dahan-dahang tumayo si Miriam mula sa pagkakabagsak niya…nang biglang may nagsalita.

Regina: Totoo nga ang kasabihan. Masamang damo matagal mamatay.

Muling nagpakita si Regina sa kaibigan. Pero sa pagkakataong ito ay nakaharap na siya sa bintana, nakatalikod kay Miriam, nakatayo nang matuwid.

Miriam: Anong ibig mong sabihin? Hindi kita maintindihan.

Tumawa nang bahagya si Regina.

Regina: Ganyan ba kasarap humalik si Bogs Miriam at hindi mo na naiintindihan ang ibig kong sabihin? Akala ko ba matalino ka. Akala ko ba malakas ang memorya mo. Ang bilis mo naman pa lang makalimut.

Miriam: Anong…?

Biglang naalala ni Miriam ang nangyari isang linggo na ang nakakalipas.

Balik-tanaw:

Sa Unibersidad ng Makati parehong nag-aaral ang magkaibigang sina Regina at Miriam sa parehong kurso na *Hotel and Restaurant Management – Major in Culinary*, ganon na rin ang kasintahan ni Regina na si Bogs. Isang araw, bigla na lang nakita ni Miriam ang kaibigan sa *school gym* na umiiyak. Nilapitan niya ito at kinamusta.

Miriam: Ano na naman ang nangyari? Pero alam mo hindi mo na kailangang sabihin sa akin kung sino ang nagpaiyak sa'yo kasi alam ko na ang isasagot mo. *At this moment* gusto ko lang malaman kung ano na naman ang bago niyang ginawa. Bilib din ako sa kumag na 'yon, noh? Kasi sa tuwing nagkakamali paiba-ba. Grabe!

Regina: Alam ko may babae siya.

Miriam: O akala ko ba tapos na 'yan. 'Di ba nga ang sabi mo wala ka namang nakikitang pruweba para paghinalaan siya na may iba siyang babae.

Regina: Wala nga pero, alam mo 'yong pakiramdam na hindi ka mapakali 'pag hindi ko siya nakikita at nararamdaman ko na may ginagawa siyang kalokohan. Alam kong wala akong makitang *proof.* Hindi ko siya nahuli kailan man na may kasama siyang iba. Pero meron talagang nag-uudyok sa akin na mag-imbestiga ako eh. Alam mo na, ang *nature* nating mga babae 'pag may nagagawang kasalanan ang mga partner natin.

Miriam: *I got your point. No need to explain.*

Wika ng nag-aalalang kaibigan.

Chapter 6

Makalipas ang dalawang araw pagkatapos nang nangyaring 'yun…

Nakita ni Regina si Miriam na naglalakad patungo sa kanilang *school theatre*. Dahil masyado siyang malayo para sumigaw at tawagin ang kaibigan ay nagdesisyon siyang tawagan na lang ito sa *cellphone* niya.

Rrrrrriiiiiiiinnnnnngggggggg....

Miriam: *Hello, friend?*

Regina: Nasaan ka?

Miriam: Ha? Ahm, pauwi na ako, bakit?

Nagulat si Regina sa sagot ng kaibigan.

Regina: Ha? Ah, ganun ba? Manghihiram lang sana ako ng *notes* sa klase natin ni Sir Larazabal? Lumabas kasi ako kanina para umattend ng *meeting* para sa *upcoming Sports Fest*.

Miriam: Ah okay. Sige pahahatid ko na lang sa *driver* namin sa bahay niyo.

Regina: Sige, salamat.

Miriam: Sige, *bye*.

Regina: *Bye*.

Hindi alam ni Regina kung ano ang dahilan ni Miriam kung bakit siya nagsinungaling sa kanya. Wala siyang maisip na dahilan ni isa. Hindi mapakali si Regina. Aalis na sana siya pero parang may puwersa na pumipigil sa kanya na hayaan na lamang ang nangyari. Alam niyang hindi siya matatahimik kung hindi niya malalaman ang totoo. Kaya sinundan niya ang kaibigan nang palihim. Pumasok si Miriam sa *school theatre* nila pero hindi sa *main entrance* kundi sa likuran, sa *fire exit area*. Sinundan ni Regina si Miriam hanggang sa loob ng napakalaking gusali. Lumiko si Miriam sa isang parang *dressing room* at doon biglang narinig ni Regina ang kaibigan na nagsasalita. May kausap.

Miriam: Hindi ka ba talaga nakakaintindi? Tama na. Sinabihan na kita noon pa. Kaibigan ko si Regina. Hindi ko kayang ipagpalit ang pagkakaibigan naming dalawa dahil lang sa nararamdaman nating dalawa, *which is wrong*.

Dahil sa mga narinig ni Regina, agad siyang sumilip para malaman kung sino ang kausap ni Miriam. Nanlamig na lamang bigla si Regina sa kanyang nakita. Si Miriam ang *best friend* niya at si Bogs ang *boyfriend* niya ay sikretong nag-uusap sa tahimik at tagong lugar at wala siyang kamalay-malay.

Bogs: Alam mong ikaw talaga ang mahal ko at alam kong mahal mo rin ako. Pero dahil lang sa naunahan ka ng kaibigan mo at inamin niya sa'yo na gusto niya ako ay nag *give way ka na*. Naging *unfair* ka Miriam, lalong-lalo na sa sarili mo. Niligawan kita pero nereject mo kasi ayaw mong saktan ang kaibigan mo. Sa halip pinaligawan mo sa akin ang kaibigan mo *to make her happy and you told me* na matututunan ko rin siyang mahalin. Miriam, *I tried*, pero wala talaga. Ikaw talaga ang tinitibok ng puso ko.

Miriam: Tama na! *I made my decision. Let's stop this* at tapusin mo na rin ang relasyon mo sa kaibigan ko kung sasaktan at sasaktan mo rin siya nang paulit-ulit

Nang biglang hinalikan ni Bogs si Miriam sa labi.

Nagulat si Regina sa kanyang nakita. Napatigil siya bigla sa paninilip at tumalikod dahil hindi niya kayang tingnan ang kanyang nakikita. Pinipigilan niya ang kanyang sarili. Tinakpan niya ang kanyang sariling bibig ng kanyang mga kamay para walang lumabas na ingay mula rito. Hindi na niya kaya ang mga nangyayari kaya lumabas na lamang siya. Habang sa loob… sinampal ni Miriam si Bogs at iniwan ang binatang bigo at mag-isa.

Balik sa kasalukuyan….

Regina: Naaalala mo na ba, *friend?*

Muling hinarap ni Regina ang kaibigan at biglang sumigaw.

Regina: Ha?!

Sabay lapit sa kaibigan. Napakabilis ng kanyang galaw. Ni si Miriam ay hindi niya namalayan ang paglapit ng kaibigan sa kanya. Parang hanging hindi nakikita ng hubad na mga mata. Magkaharap na silang muli, pero sa pagkakataong ito ay mas malapit na. Isang metro lamang ang layo nila sa isa't isa.

Miriam: Kahit kailan hindi ko inagaw si Bogs mula sa'yo. Alam mo yan.

Regina: Hindi nga. 'Di ba nga nagpaubaya ka. Pero ginawa mo akong tanga. Ginawa niyo akong tanga!

Muling tumaas ang boses ni Regina. Lumakas ang ihip ng hangin sa buong kabahayan habang tumataas din ang galit na nararamdaman ni Regina sa kaibigan...at bigla na naman siyang naglaho.

Chapter 7

Habang hindi na naman nakikita ni Miriam ang kaibigan ay kinuha niya ang pagkakataon na magpaliwanag sa kanya.

Miriam: Regina, makinig ka, magkaibigan tayo, matagal na. Mahal kita and *I treasured our friendship so much* na ayaw kitang masaktan.

Tanging boses lamang ni Regina ang sumasagot sa dalaga, walang presensya siyang natatanggap sa kaibigan.

Regina: Talaga? Ang swerte ko naman pala. Pwe! Maniwala ako sa iyo, nasaktan mo na nga ako, 'di ba?! Nilihim mo ang lahat sa akin! Tinago mo! Akala ko ba magkaibigan tayo! Pero ginawa mo akong tanga! Ginawa mo akong bobo!

Miriam: Hindi 'yan totoo. Sino ba ang takbuhan mo sa tuwing luhaan ka? Sino ba ang kinakausap mo 'pag nasasaktan ka? Sino ba ang karamay mo 'pag nadadapa ka? Ha? Sino? Sino?!

Regina: Oo, ikaw nga. Pero malay ko ba kung ano ang tumatakbo sa isip mo sa tuwing nangyayari ang mga 'yon. Sinabi ko ang lahat nang tungkol sa akin sa'yo. Lahat-lahat, wala akong tinira! Pero ikaw! Ikaw! Naging maramot ka! Naging makasarili ka!

Miriam: Regina, tigilan mo na 'to! Paano ka niyan matatahimik kung puro galit ang nararamdaman mo?! Buksan mo ang isip at ang puso mo. Makinig ka naman. Hayaan mong tulungan kita. Hindi pa huli ang lahat. Sabihin mo lang kung ano ang dapat kong gawin para makabawi ako sa iyo.

Wala nang sagot na natatanggap si Miriam mula sa kaibigan. Hinalughog niya ang buong silid ng kanyang mga mata. Sa baba, sa mga ilalim at maging sa itaas. Pero hindi niya pa rin makita ang kaibigan.

Miriam: Regina?

Habang nakatalikod si Miriam ay may parang unti-unting bumababa sa likuran niya mula sa itaas, mahaba, maitim, mayabong… buhok ni Regina. Unti-unti siyang nagpapakita sa kaibigang nakatalikod na patiwarik.

Miriam: Sabihin mo sa akin kung paano ako makakatulong.

Regina: Buhay sa buhay.

Lumingon si Miriam sa kaibigan at laking gulat niyang nakita si Regina na nakalutang pero ang paa nito ang nasa itaas at ulo sa ibaba. Sumigaw na lamang nang matindi si Miriam. Sa pagkakataong ito ay napatakbo na siya sa labas ng kanilang mansyon. Tumakbo siya sa napakalaking bakuran nila patungo sa *gate* nang biglang umulan nang malakas. Pagdating na pagdating niya sa *gate* ay nabigla na lamang siya nang makita ang kaibigang bangkay na nakatayo sa labas mismo ng *gate* nila na pilit niyang binubuksan.

Regina: Bulaga!

Miriam: Aaah!

Napaatras bigla si Miriam na naging dahilan ng pagkatumba niya. Gumapang ang dalaga pabalik sa loob ng kanilang bahay. Pinipilit niyang tumayo para mas mapabilis ang pagdating niya sa loob. Dahil sa pilit niyang pinapatayo ang sarili at mahina na ang kanyang mga tuhod dahil na rin sa nauubusan na siya ng lakas sa sobrang takot na nararamdaman niya ay madapa-dapa na siya papunta sa pinto nila. Nang makarating na siya ay agad niya itong sinara at tuluyang ni-*lock*. Napaupo na lamang siya sa may pinto sa sobrang pagod.

Miriam: Regina, tama na *please. Please…*

Pagmamakaawa ng dalaga.

Chapter 8

Humagulhol na lamang si Miriam sa kanyang kinauupuan. Iyak na may kasamang sigaw, pilit niyang nilalabas lahat ng nararamdaman niya sa kanyang puso. Takot, galit, lungkot, panghihinayang at kawalanan ng pag-asa na masisikatan pa siya ng araw.

Miriam: *Sorry, sorry*, Regina kung nasaktan kita. Hindi ko intensyon na lokohin ka. Hindi ko ginusto ang pagsisinungaling ko sa 'yo. Mahal kita at gusto ko lang na maging masaya ka. 'Yan lang ang tanging hangad ko para sa'yo. Hindi ko akalain na hahantong ang lahat sa ganito. Kung alam ko lang. Kung alam ko lang sana, noong una pa lang ay sinabi ko na sa'yo lahat. Lahat, lahat.

Naliligo na sa kanyang sariling pawis at luha si Miriam. Magulong-magulo na ang buhok niya na kanina lamang ay inayos niya. Biglang tumahimik muli ang lahat. Hindi pa rin bumabalik ang ilaw. Patuloy pa rin ang ulan, kulog at kidlat sa labas. Tulalang nakaupo si Miriam na parang wala na siyang nararamdaman, kahit takot.

Miriam: Ano ba ang gusto mong gawin ko para mapatunayan ko sa'yo na maganda ang hangarin ko sa simula pa lang?

Hindi namalayan ni Miriam ang paglabas muli ng kaibigan. Nagpakita si Regina kay Miriam sa anyong tao. Umupo rin siya sa may sahig kaharap ng dalaga. Nakatitig, walang emosyon.

Miriam: Regina, *friend*. Hayaan mong tulungan kita.

Regina: Tulungan? Saan? Huli na ang lahat.

Miriam: Hayaan mong tulungan kitang matahimik. Gusto ko magpahinga ka na at magkaroon ng kapayapaan sa kabilang-buhay.

Hindi agad sumagot si Regina. Ang sinabi na iyon ni Miriam ay nagbigay ng konting ngiti sa mga labi ng dalaga.

Regina: Talaga? Sabagay, pagod na rin ako. Gusto ko nang magpahinga.

Tumango lamang si Miriam at nilapitan ang kaibigan. Hinawakan niya ang mga kamay nito.

Regina: Talaga, tutulungan mo ako?

Miriam: Oo, *friend*. Sabihin mo lang.

Regina: Kahit ano?

Miriam: Kahit ano. *Best friends* tayo 'di ba?

Tumayo si Regina sa kanyang kinauupuan at iniwan ang kaibigan sa sahig. Tumingala si Miriam at tiningnan ang kaibigan. Inabot ni Regina ang isang kamay niya kay Miriam.

Regina: Samahan mo ako.

Biglang naglaho muli ang ngiti at sayang nararamdaman ni Miriam.

Regina: Kahit ano, hindi ba? *Best friends forever?*

Tumayo rin si Miriam at buong tapang na hinarap ang kaibigan.

Miriam: *Best friends forever.*

Biglang bumukas ang pinto at lumabas si Miriam na tulala. Naglalakad sa kalagitnaan ng ulan. Dumaan siya sa napakalapad nilang hardin. Binuksan niya ang kanilang *gate* at tuluyang lumabas ng kanilang bakuran na nakapaa. Nilakad niya ang malalapad at mahahabang daan sa loob ng kanilang *subdivision*. Lumakad siya mula sa kanilang bahay hanggang sa nakarating siya sa may *guard house*. Malayo pa lang ay kita na siya ng *security*. Kaya hindi pa lang siya nakakarating sa *gate* ng *subdivision* ay nilapitan na siya nito na may dalang payong

Security Guard: *Ma'am? Ma'am?* Umuulan po. Okay lang po
ba kayo?

Naglalakad nang paatras ang *security guard* habang kausap niya si Miriam dahil ayaw namang tumitigil ng dalaga sa paglalakad.

Security Guard: Ma'am, gusto niyo po hatid ko po kayo sa bahay niyo? Ma'am?

Hindi pa rin tumitigil sa kakalakad si Miriam. Sumagot lamang siya pero hindi siya lumilingon sa kanyang kausap.

Miriam: Huwag. May gagawin ako para sa kaibigan ko. Kasi nga *best friends forever* kami.

Security Guard: Po?

Nang nakulitan na si Miriam sa *security guard* ng *subdivision* ay huminto siya bigla at tiningnan ang kausap. Habang ang nagbabalik multo na si Regina ay nasa likod ng kawawa at inosenteng trabahador. Kinuha niya ang baril sa sinturon ng guard at binigay kay Miriam. Nang makita ito ng *guard* ay huli na ang lahat. Naiputok na ito ni Miriam sa kanyang mukha. Iniwang nakahiga sa daan ni Miriam ang *security guard* sa kalagitnaan ng ulan.

Duguan… bagsak. Wala ng buhay.

Chapter 9

Palala na nang palala ang mga nangyayari. Nakalabas na nang tuluyan si Miriam ng kanilang *subdivision*. Wala pa ring tigil ang ulan sa kakabagsak. Na para bang sumasabay ang pangit na panahon sa mga kababalaghan at bangungot na nangyayari kay Miriam. Habang naglalakad siyang tulala ay bumalik sa kanyang ala-ala ang mga masasayang panahon na pinagsaluhan nila ni Regina.

Balik-tanaw:

Sabay kung kumain sina Regina at Miriam kapag *break time* na.

Regina: O, bakit ngayon ka lang?

Miriam: Sorry. Umihi pa kasi ako.

Parati silang nagkukulitan kapag silang dalawa lang sa kwarto ni Miriam para mag-aral. Nagkwekwentuhan sila ng kahit ano, mula sa mga *crushes* nila sa *school*....

Miriam: Nakita ko na naman siya kanina.

Regina: Sino?

Miriam: Sino pa eh 'di si Jason.

Regina: Hhhhmmm, ang landi nito.

Miriam: Wow ha. Nagsalita ang malinis. Bakit wala ka talagang natitipuhan sa *school* maliban sa Bogs mo?

Regina: Wala.

Miriam: Weh? Hindi nga? Wala naman dito si Bogs. Sige na.

Regina: Si Carl.

Miriam: Aaaahhhhh… eeeehhhhhhh…

… hanggang sa mga *most embarrassing moment* nila.

Regina: Hindi ko talaga makakalimutan 'yung moment noong napaihi ako sa harap ng klase natin noong *high school* sa sobrang takot ko sa *teacher* natin. Tinawag niya kasi ako tapos wala akong naisagot tapos nandun pa ang *crush* ko.

Miriam: Ah oo, naalala ko 'yon. Eh ano na lang ako? Nagshopping ako nang bonggang-bongga tapos pagdating ko sa *counter* ang *cash* ko kulang, *credit card* ko naiwan ko sa bahay. Tapos ang daming tao pa noong nangyari 'yon.

Regina: Ah, oo nga pala, naalala ko 'yan.

Miriam: Hay naku. Grabe.

Sabay silang gumagawa ng *assignment* sa *library*.

Regina: Ano nakita mo ba ang *book*?

Miriam: Oo, eto na.

Sabay silang tumili at sumigaw noong pareho nilang nakita ang *result* na nakapasa sila sa *exam* nila. Pumunta sila ng bundok na sila lang dalawa gamit ang sasakyan ni Miriam at nag-inuman nang konti para ipagdiwang ang unang *exam* nila sa kolehiyo na naipasa nila pareho habang tanaw nila ang buong Maynila mula sa itaas.

Regina: *This is just the beginning, friend.*

Miriam: Tama. Basta ha kahit saan tayo dalhin ng ating mga kapalaran, *friends forever* pa rin. Walang iwanan.

Regina: Walang iwanan.

Balik sa kasalukuyan:

Patuloy pa rin ang paglalakad ni Miriam at dahil nga nakalipad ang kanyang isip hindi niya namalayan na nakarating na pala siya sa entrance gate ng kanilang paaralan.

Chapter 10

Mula sa labas ay kita ni Miriam na maraming tao sa loob ng kanilang *campus* dahil nga sa nangyari. May mga ambyulansa, pulisya, *faculty* at *staff* ng unibersidad, at iba pa na kakilala rin nina Miriam at Regina. Ang iba ay kaklase, ang iba ay kaibigan sa labas na ng paaralan. Dahil nga sa dami ng tao ay hindi tumuloy si Miriam. Sa halip ay naglakad siyang muli papuntang likod ng paaralan. Pagdating niya sa likuran ay nakakandado ang *gate*. Hinarap ng tulalang mukha ni Miriam ang bangkay na kaibigan na siya lamang ang nakakakita. Binuksan ni Regina ang nakasarang *gate*. Umangat ang kandado at nalaglag sa lupa Nagbukas rin nang mag-isa *gate*. Pumasok si Miriam at dumiretso sa loob ng pinakamataas na gusali. Naglakad siya sa *hallway* at umakyat gamit ang hagdan. Pumanhik siya patungong ikalawang palapag. Dumiretso sa pangatlo, umakyat pa sa pang-apat hanggang sa nakaabot siya sa huling baitang. Nakakandado din ang pinto papuntang *rooftop*. Muli, binuksan ito ni Regina. Tuluyan na nga nilang naabot ang kanilang destinasyon. Naglakad si Miriam hanggang sa tanaw na niya ang mga tao sa baba. Nagtataka ang lahat sa imaheng kanilang nakikita sa tuktok ng gusali.

Police: Ma'am, sandali lang. Tao ba yan?

Teacher: Ha?! Studyante! Anong ginagawa niya diyan?

Police: Akala ko ba may nakabantay na sa loob? Paano yan
nakarating diyan? Bilisan niyo akyatin niyo.

Hindi mapakali ang lahat sa pag-akyat ni Miriam sa itaas.
Pero ang dalagang sentro ngayon ng atensyon ay walang pakialam.
Tinitigan niya lamang ang mga tao. Muli niyang tiningnan ang
kaibigan na nakatayo rin kasama niya.

Biglang dumating ang mga pulisya sa *rooftop*.

Police: Ah, miss. Miss, okay ka lang? Anong ginagawa mo diyan?
Gusto mo tulungan ka naming bumaba?

Hindi sumagot si Miriam. Nanginginig namang naglalakad
papalapit sa kanya ang mga *police* nang marahan, pilit na
pinapaamo ang dalaga para ligtas nila itong maibaba.

Police: Ah, miss, lalapit ako ha. Tapos bigay mo sa akin ang
kamay mo. Aalalayan kita.

Hindi pa rin sumasagot si Miriam. Sa halip ay ngumiti
lamang siya sa kaibigan na tanging siya lamang ang nakakakita,
at…tuluyan na nga siyang tumalon.

Nagsigawan ang lahat, kita nila ang pagbagsak ng katawan
ng dalaga sa semento. Kumalat ang dugo. Nanlaki ang mga
mata ng mga taong nakakita at nakakakilala sa dalaga. Si
Miriam, ang babaeng tumalon mula sa *rooftop* at nagpakamatay
sa kadahilanang hindi nila alam. Pero ang hula nila, sa sobrang
lungkot sa pagkawala ng kanyang kaibigan.

Nakadilat ang mga mata nang bumagsak si Miriam. Basag ang bungo.

Ang patay na katawan ni Miriam... katabi ng bangkay ni Regina na hindi pa naliligpit ng mga awtoridad.

Magkaharap sa isa't isa.

Chapter 11

"Dayo"

Napakaganda ng sikat ng araw. Perpekto para magpicnic sa *park*, pumunta sa *beach* at magtampisaw at makipaglaro sa mga alon. Magbike sa loob ng *subdivision*, magbasketball at magjoyride kasama ang barkada. Maririnig mo ang mga ibon na kumakanta sa mga puno kasabay ng preskong hangin sa magara at mamahaling *Atlantica Subdivision* kung saan nakatira ang pamilya ni Bogs. Nakahanda na ang lahat. *Backpack*, *DSLR*, *laptop*, *iPad*, pagkain, at iba pang kakailanganin ng binata sa kanyang byahe papunta sa outing ng kanyang barkada sa isang malayong probinsya sa Luzon.

Daddy ni Bogs: Bakit ka naman kasi hindi na lang sumabay sa mga barkada mo? Ayan tuloy mag-isa kang babyahe.

Wika ng daddy ni Bogs sa kanya habang kumakain ng *breakfast*.

Daddy ni Bogs: Buti naman at pinayagan ka ng *mommy* mo.

Mommy ni Bogs: Hay naku, hindi nga dapat eh. Eh kaya lang, 'tong anak mong napakagwapo alam ang kahinaan ko.

Sagot naman ng *mommy* ni Bogs habang isa-isang nilalagay ang mga pagkain sa mesa.

Bogs: *Mom, dad* malaki na po ako, *okay? I'm fine, I can take care of myself.*

Depensa naman ng binata sa mga magulang habang tinatapos ang pag-iimpake ng mga gamit niya.

Daddy ni Bogs: *Have you heard about your two classmates?*

Napatigil saglit ang binata sa kanyang ginagawa.

Bogs: *Yes, dad.*

Sagot niya at saka nagpatuloy sa paglalagay ng mga gamit niya sa napakalaki niyang *travelling bag.*

Mommy ni Bogs: *Yeah, that's terrible.*

Daddy ni Bogs: *What can you say about it?* Magsasaya kayo ng mga kaibigan mo kahit na may nangyaring masama sa dalawang kaklase niyo?

Bogs: *Oh, come on, dad. We also have our own lives. Of course, we are sad about what happened, but it doesn't mean we have to stop ourselves from having fun, right? Dad, can we just talk about this once I'm back? Okay? Love you.*

Binigyan ng binata ng tig-iisang halik ang mga magulang sa noo.

Bogs: *Bye.*

Mommy ni Bogs: Mag-ingat ka. Dahan-dahan lang sa pagmamaneho. Ah, yaya, pakitulungan naman si Bogs o. *We're still eating* pa kasi ng sir mo. *Thank you.*

Lumabas na ng bahay si Bogs at dumiretso sa labas ng kanilang bakuran kung saan naghihintay ang sasakyan na gagamitin niya papuntang *outing*.

Bogs: Manang, pakilagay na lang ng *bag* ko sa likod ha. *I'll just start the car. Thanks.*

Agad na pumasok ang binata sa kotse at inumpisahang paandarin ang sasakyan, pero sa kasamaang palad ayaw magstart nito. Ilang ulit nang sinubukan ng binata na paganahin ang makina ng sasakyan pero wala talaga...ng biglang....

Yaya ni Bogs: Sir.

Biglang sumulpot na lang sa gilid bintana ang yaya ni Bogs.

Bogs: *Woow!* Yaya, naman, *please don't do that again.*

Yaya: *Sorry, sir.* Ahm, *sir*, kailangan niyo po ba talagang umalis?

Bogs: *Of course.* Why?

Yaya: *Next time* na lang kaya, *sir.*

Nanginginig ang mga kamay ng kasambahay sa hindi pa nalalamang dahilan. Lumabas si Bogs panandalian para tingnan ang makina ng sasakyan.

Bogs: *I have to, okay? I'm fine*, yaya, *no worries.*

Hindi pa rin tinitigilan ng kasambahay ang kanyang amo hanggang sa bumalik itong muli sa loob ng kotse para subukang muling paandarin ang sasakyan.

Yaya ni Bogs: Eh kasi, *sir*, hindi kasi maganda ang kutob ko sa lakad niyong 'to eh.

Bogs: Ayan ka na naman, yaya ha. Umaandar na naman yang pagkaprobinsyana mo.

Nang biglang gumana ang sasakyan.

Yaya ni Bogs: Sir.

Biglang hinawakan ng kasambahay ang braso ng kanyang amo. Laking gulat naman ng binata sa ginawa ng yaya niya.

Yaya ni Bogs: *Sorry* po, *sir*. Sige po, ingat na lang po kayo sa byahe. Patnubayan na'wa kayo ng Panginoong makapangyarihan sa lahat.

Bogs: Sige po. Tuloy na po ako.

At tuluyan na ngang umalis si Bogs papuntang *outing*. Habang papalayo ang binata sa bahay nila ay tingin siya nang tingin sa *side* at *rear mirror* ng kanyang sasakyan. Nakatayo pa rin ang kasambahay nila sa may daan, pinagmamasdan ang pag-alis niya na para bang hindi na siya babalik. Samantala, hindi naman maipinta ang mukha ng nag-aalalang kasambahay habang tinitingnan ang sasakyan ng kanyang amo papalayo sa kanyang kinatatayuan. Hindi mapakali ang mga kamay niya, walang tigil ang kakapisil niya sa bitbit niyang pamunas. Unti-unting may namumuong mga luha sa kanyang mga mata dahil sa nakikita ng nakabukas niyang diwa sa likuran ng sasakyan ng kanyang amo. Habang papalayo kasi ito, tanaw niya kahit sa malayo, sa makintab na salamin ng sasakyan…

… ang isang babae, nakaputi, nakaupo sa pinakalikuran.

Chapter 12

Binuksan ng binata ang *infotainment* ng kanyang sasakyan. Nagpatugtog siya ng maiingay na mga kanta habang tinatawagan niya ang isa sa mga kaibigan niya na nasa lokasyon na.

Bogs: *Hello. Hey, bro on my way* na ako. Oo, *this will take 12 hours. Yeah, I'm fine, for sure. Oh yes, I can take care of myself.* Basta pagdating ko diyan humanda kayong lahat dahil papatayin ko kayong lahat sa sobrang kalasingan.

Nang biglang sumeryoso ang mukha ng binata.

Bogs: *Yeah,* narinig ko nga rin. *I know right. Dude, dude, come on. Sem-break* ngayon, *okay?* Pwede ba *next time* na lang natin 'to pag-usapan. *We are doing this to have fun you know,* hindi dahil pag-usapan natin 'yan, 'di ba? *Wait don't tell me* yan ang *topic* niyo diyan. *Okay good,* mabuti naman. Sige paki-hi na lang ako sa barkada. *Okay, see you soon. Bye.*

Mahaba-haba pa ang byabyahiin ni Bogs para makarating sa kanyang paroroonan. Tatlong oras na ang nakakaraan at nasa siyudad pa rin siya. Masyadong mabagal ang takbo niya dahil sa sobrang *traffic*. Habang naghihintay ang binata na gumalaw ang mga sasakyan na nasa harap niya, ay biglang may dumaan na babaeng nakaputi sa kanyang bintana malapit sa kanya. Hindi kita ang mukha dahil sa napakahaba nitong buhok na nakatakip. Hindi man nakita ng binata pero naramdaman niya ito. Hindi mapakali si Bogs at tumindig bigla ang kanyang mga buhok sa kanyang mga braso. Sumilip siya sa bintana. Puro sasakyan at usok lamang ang kanyang nakikita. Nang biglang dumaan na naman ito, pero sa kabilang bintana. Biglang lumingon si Bogs pero hindi na naman niya naabutan. Nang binalik niya ang kanyang mga mata sa unang bintana kung saan siya unang sumilip malapit sa *driver's seat* ay biglang… may babaeng nakatayo.

Sir!

Kumatok bigla ang pulubi sa bintana na nagpatalon sa puso ng binata, dahil dito ay nagalit si Bogs. Binuksan niya ang bintana ng sasakyan at sinigawan ang kawawang babae.

Bogs: Ano ba?! Umalis ka na nga! Aatakihin ako sayo sa puso eh!

Umalis naman ang gusgusing babae papalayo sa sasakyan ng binata. Takot, gutom at naluluha. Muling sinara ng binata ang bintana at napapikit na lamang siya habang nakasandal sa kanyang kinauupuan. Nagpatuloy si Bogs sa kanyang pagmamaneho. Ni hindi pa siya nangangalahati sa kanyang paglalakbay. Karagdagang tatlong oras na naman ang dumaan at sa wakas ay narating na din niya ang bundok at nakalabas na rin siya sa mausok at maalikabok na kalsada ng Maynila.

Nakaramdam ng gutom ang binata, kaya naman huminto muna siya sa may gilid lamang ng daan at kinuha ang pinadalang pagkain sa kanya. Kinuha niya ito sa kanyang *bag* na nasa likurang bahagi ng sasakyan. Binuksan niya ang kanyang *bag* at kinuha ang kanyang baunan. Medyo mainit pa. Pagkabukas niya ay sumalubong sa kanya ang mabangong amoy ng adobong manok na ipinatong sa napakaputing kanin na medyo umuusok pa. Gutom na gutom ang binata kaya takam na takam siya sa kanyang pagkain. Napakasarap ng bawat subo ng binata. Habang hindi niya muling namamalayan ang babaeng nakaputi sa kanyang likuran, nakatayo, hindi kita ang mukha dahil sa napakahaba nitong buhok.

Pagkatapos niyang kumain ay pinagpatuloy niya ang kanyang byahe.

Chapter 13

Tiningnan ng binata ang kanyang *cellphone* at sa kasamaang palad ay walang *signal* na pumapasok.

Bogs: *Shocks!* Pa'no 'to?

Unti-unting namumuo ang maiitim na ulap sa kalangitan.

Bogs: *Yeah, right!* Parang uulan pa 'ata. Huwag naman ngayon. *Please*.

Medyo mabilis-bilis na ang pagpapatakbo ng binata. Wala pa kasi siyang nakikitang gusali o bahay man lang na pwede niyang pahingahan pansamantala sa lugar na hindi niya alam o kabisado. Dahil sa napakahabang byahe ay nakaramdam na ng antok si Bogs. Medyo naduduling na siya sa sobrang antok. Pilit niyang ginigising ang kanyang sarili sa pamamagitan ng tugtog niya pero hindi ito gumagana. Inuuga na niya ang kanyang ulo pag namamalayan na niyang pumipikit na ang kanyang mga mata. Sumigaw siya ng malakas, pero panandalian lamang ang epekto nito. Nanghihina na ang mga braso at binti ng nag-iisang binata, at nakaramdam na rin siya ng pagkahilo. Unti-unting lumalabo din ang kanyang paningin. Habang abala si Bogs sa paghahanap ng paraan na panatilihing gising ang kanyang ulirat ay hindi niya namamalayan na nakaupo na pala sa tabi niya ang babaeng nakaputi. Napalingon ang binata sa kinauupuan ng dalaga. Dahil nga naduduling at nanlalabo na ang kanyang paningin ay hindi niya ito naaaninag nang tama. Tinitigan niya ito ng mabuti nang biglang...hinawakan siya nito sa braso!

Biglang nagising si Bogs, pero laking gulat niya nang sumalubong sa kanya ang ilaw ng isang *truck* na papunta sa kanyang kotse. Agad niyang inilag ang kanyang sasakyan at tuluyan na nga siyang bumangga sa isang puno. Mabuti na lang at hindi gaanong malakas ang pagkakabangga niya at gasgas lamang ang natamo ng kanyang sasakyan at hindi siya nasiraan. Hinawakan ng binata ang kanyang noo at nanlaki ang kanyang mga mata nang mapansin niyang... gabi na pala. Hindi niya namalayan ang mga nangyari sa mga nagdaang mga oras na para bang nakatulog siya ng pagkahaba-haba at hindi na niya nakita ang takip-silim. Tiningnan niyang muli ang kanyang *cellphone*, wala pa ring *signal*. Tiningnan niya ang kanyang orasan, *7:00 PM* na. Wala pa rin siyang nakikitang lugar na pwede niyang mapagpapahingahan. Lumabas ang binata ng sasakyan para tingnan ang kalagayaan ng kotse at buti na lang ay hindi ito masyadong napuruhan. Napabuntong hininga na lamang siya at pumasok muli sa loob ng sasakyan. Muli niya itong pinaandar at nagpatuloy sa pagdridrive.

Bogs: Ano ba 'yan, wala ba talaga ditong mga bahay? Kainis naman o at paanong naabutan ako ng gabi? Nawawala ba ko?

Sa malayo ay may naaaninag si Bogs na imahe, parang isang taong may bitbit na lampara na para bang may inaabangan siyang bisita. Habang papalapit si Bogs ay umalis naman ang tao sa kanyang kinatatayuan. Naglakad papasok sa isang hindi gaanong malaking daan na napapalibutan ng iba't ibang klase na damong ligaw at malalaking punong kahoy. Binilisan ni Bogs ang pagmamaneho, kailangan niyang maabutan ang tao para makahingi siya ng tulong. Nang marating na niya ang pinasukang daan kanina ng mama' ay agad siyang lumiko at mabuti nalang ay saktong kumasya lang talaga ang kanyang sasakyan.

Pagkaliko na pagkaliko niya ay sumalubong sa kanya ang isang bahay na may dalawang palapag na nasa gitna ng halos gubat na na hardin. Wala itong bakod kaya nakapasok lang siya kaagad. Dahan-dahan siyang lumabas ng kanyang sasakyan at pumuntang likod para kunin ang kanyang bag. Alam niyang may tao sa loob dahil may mga nakasinding mga ilaw sa loob nito. Naglakas loob siyang nagpatuloy at pumunta sa harap ng pinto ng bahay at saka kumatok.

Walang sumagot ng pinto. Kumatok siyang muli, pero wala pa rin.

Bogs: Tao po… tao po… pwede po bang makituloy?

Pero walang pa ring sumagot. Umalis siya sa kanyang kinatatayuan at pumunta sa may bintana. Sumilip siya at tiningnan ang loob. Sumilip siya sa may sala, walang tao. Sa kusina, wala pa rin. Sa hapagkainan, wala din. Pero kapansin-pansin ang mesa na puno ng pagkain na hindi pa nagagalaw at dalawang upuan na magkaharap. Hindi ganoon kalaki ang mesa. Kasya ang anim na tao rito, pero ang upuan, dalawa lang, na para bang may magdidiwang na mag-asawa ng kanilang anibersaryo. Bumalik muli ang binata sa harap ng bahay at tuluyan na nga niyang binuksan ang pinto at siya'y pumasok na walang pahintulot.

Chapter 14

Tuluyan na ngang nakapasok ang binata sa loob ng bahay.

Bogs: Tao po… tao po… pasensya na po kung pumasok po ako na walang permiso. Ang lamig po kasi sa labas.

Nang biglang may sumulpot na tao sa kanyang likuran.

"Okay lang.*"*

Nagulat ang binata at napatalon siya sabay harap sa may-ari ng bahay.

Bogs: Pasensya na po sa disturbo. Kailangan ko lang po talaga ng matutuluyan ngayong gabi. Malayo pa po kasi ang byabyahiin ko bukas. Magbabayad po ako. Magkano po ba?

Seryoso ang mukha ng matanda. Walang emosyon, walang kibo.

Mang Ben: Ben, Mang Ben na lang ang itawag mo sa akin. Bukas na natin pag-usapan ang bayad. Halika ka, kumain ka muna.

Bogs: Salamat po. Nagugutom na rin nga po ako.

Tumuloy ang dalawa sa hapagkainan at doon nagpatuloy ang kanilang pag-uusap.

Bogs: Bogs po, Bogs po ang pangalan ko. Salamat po talaga at pinahintulutan niyo po akong tumuloy sa bahay niyo kahit na hindi niyo po ako kakilala.

Mang Ben: Alam ko kung may masamang balak ang isang tao o wala. Kaya walang anuman.

Napangiti ang binata sa sagot ng seryosong matanda at pinagpatuloy ang kanyang pagkain.

Bogs: Hindi po ba bababa ang asawa niyo? Baka magalit po siya dahil ginamit ko ang plato niya at naupo ako sa upuan niya.

Mang Ben: Mag-isa lang ko. Wala akong kasama.

Bogs: Ah, ganun po ba? Akala ko po kasi may hinihintay kayo kasi dalawa po kasi ang nakalagay na plato bago pa ako dumating.

Mang Ben: Ganyan talaga ang ginagawa ko parati. Ako lang kasi ang nag-iisang bahay dito, kaya kung may estranghero na mapaparaan sa lugar na ito sa kalagitnaan ng gabi at kailangan ng matutuluyan, sigurado ako ang unang lalapitan.

Bogs: Pero hindi naman po kita mula sa daan ang bahay niyo, *unless* kung talagang papasok ang sasakyan sa makitid na daan.

Biglang napahinto ang matanda sa kanyang pagsubo at tiningnan ang binata. Napalunok naman si Bogs at nagulat din siya sa kanyang sinabi.

Mang Ben: Tama ka, pero kapag kapalaran talaga ng tao ang matunton ang bahay ko, ay makikita at makikita niya ito. Tulad mo.

Bogs: Nakita ko po kasi kayo kanina sa gilid ng daan. May hinihintay po ba kayo?

Mang Ben: Wala. Narinig ko lang kasi ang ingay mula dito at kung hindi ako nagkakamali, sasakyan mo 'yon, hindi ba?

Bogs: Ah, opo. Buti na nga lang po buhay pa ako.

Nagpatuloy ang dalawa sa pag-uusap habang kumakain. Umabot din ng isang oras ang kanilang komunikasyon.

Chapter 15

Pagkatapos nilang kumain ay lumipat silang dalawa sa sala at doon nagpatuloy sa pag-uusap.

Mang Ben: Saan ba ang punta mo, binata?

Bogs: Papunta po ako sa *outing* namin. Nahuli po kasi ako, kaya heto humahabol. Masyadong malayo po kasi.

Mang Ben: Kabataan nga naman ngayon.

Bogs: Mang Ben, may itatanong lang po sana ako, kung *okay* lang po sa inyo.

Mang Ben: Ah, parang mahaba-haba 'ata ang pag-uusapan natin. Teka lang, magtitimpla muna ako ng tsokolate. Diyan ka lang.

Tumayo si Mang Ben sa kanyang kinauupuan at pumuntang kusina. Kumuha siya ng dalawang tasa, tsokolate, asukal at gatas. Hinalo niya ang mga ito sa tasa gamit ang mainit na tubig at saka nilagay sa platito. Habang hinahanda ng matanda ang inumin nilang dalawa ni Bogs ay tumingin-tingin naman ang binata sa paligid. Mula sa disenyo ng bahay, sa mga kasangkapan na gawa sa purong kahoy at *picture frames*. Pero may napansin siya sa mga larawan na nagbigay ng konting kaba at panghihinala sa kanyang dibdib. Lahat ng mga larawan na nasa mga *picture frames* ay may gupit. Na para bang sadyang ginupit ang isa sa mga tao na nasa larawan. Hinawakan niya ang isa sa mga *picture frames*, binuhat ito at tiningnan. Nang biglang…

Mang Ben: Bogs?

Nagulat ang binata at nabitawan niya ang *frame*, dahil sa mataas na pagkakalaglag nito ay nabasag ito sa sahig.

Bogs: Naku, pasensya na po!

Agad na pinulot ng binata ang mga bubog sa sahig. Nilapag ni Mang Ben ang dalawang tasa na nakapatong sa platito sa ibabaw ng mesa at nilapitan ang binata.

Mang Ben: *Okay* lang 'yan. Ako na.

Sabay hawak sa balikat ni Bogs.

Tumayo naman ang binatilyo at bumalik sa kinauupuan niya kanina habang nililigpit ng matanda ang kanyang kalat. Pagkatapos magligpit ni Mang Ben ay sinaluhan niyang muli si Bogs sa sala. Sa sobrang takot, gulat at hiya ay hindi na naitanong ni Bogs kay Mang Ben ang tungkol sa mga gupit na mga larawan.

Mang Ben: O, ano na 'yong itatanong mo sa akin?

Bogs: Ah, mag-isa lang po ba talaga kayo dito? Hindi po ba kayo nalulungkot?

Mang Ben: Dati hindi, ngayon, oo, mag-isa na lang ako. Malungkot, oo dati, pero ngayon nasanay na rin ako.

Bogs: Ano po bang nangyari kung hindi niyo mamasamain?

Mang Ben: Maagang namatay ang asawa ko. Pagkasilang na pagkasilang niya sa nag-iisang anak namin ay binawian siya ng buhay.

Bogs: Eh, saan na po ang anak niyo?

Mang Ben: Wala na rin siya. Kinuha rin siya sa akin.

Bogs: Paano po? Ano pong nangyari sa kanya?

Sasagot na sana ang matanda nang biglang kumulog at kumidlat.

Mang Ben: Uulan 'ata. Kukunin ko lang muna ang mga sinampay ko sa likod, sandali lang.

Iniwan ng matanda ang binatilyo sa sala. Dahil sa sobrang pagod sa mahabang byahe ay unti-unti nang nakakaramdam ng antok si Bogs. Unti-unting pumipikit ang kanyang mga mata. Nanlalabo na rin ang kanyang paningin at nang tuluyan na nga siyang napapikit ay nagpakita na namang muli ang babaeng nakaputi. Nakaupo, nakaharap sa kanya. Nasa upuan kung saan nakaupo si Mang Ben kanina. Biglang pinagpawisan si Bogs, hindi siya mapakali, may gumugulo sa kanyang isipan. Alam niyang hindi siya mag-isa sa kwartong 'yon. Alam niyang may nakatingin sa kanya. Pilit niyang ginigising ang sarili pero hindi bumubukas ang kanyang mga mata na para bang may pumipigil rito. Galaw nang galaw si Bogs para magising lang siya pero walang nangyayari. Alam niyang gising siya sa isip pero hindi sa mata.

Bogs: Uh, ah, ahh, uuhh.

Nang biglang....

Mang Ben: Bogs!

Bogs: Aaaaaaaahhhhhhhh....!!!!

Mang Ben: Binabangungot ka. Sige na, pagod na pagod ka na. Kailangan mo nang matulog. Sa ikalawang palapag, lumiko ka sa kanan, unang kwarto, diyan ka magpapahinga.

Bogs: Opo, salamat po.

Tumayo naman ang binata kahit na medyo tulala pa rin siya sa nangyari. Binuhat niya ang kanyang mga gamit at pumanhik sa ikalawang palapag.

Chapter 16

Sa ikalawang palapag lumiko siya sa kanan at pumasok sa unang kwarto gaya ng itinuro sa kanya ni Mang Ben. Pagpasok niya sa kwarto ay malinis na ang kama. Kulay puti ang tela na nakabalot sa buong higaan maging sa unan nito. Nakasindi ang isang maliit na ilaw na kulay dilaw na siyang nag-iisang nagbibigay liwanag sa buong silid. Humiga ang binata at binigay ang buong bigat niya sa kama sa sobrang pagod. Pagkahigang-pagkahiga pa lang niya ay agad siyang napapikit at tuluyang nakatulog. Napakahimbing ng tulog ng binata. Pakiramdam niya ay hindi siya nakatulog nang ilang araw at 'yon na ang pinakamasarap na tulog na nagawa niya sa buong buhay niya. Malamig ang kwarto kahit na hindi *airconditioned* at kahit na walang bintilador. Hindi lang ang hangin ang malamig kundi pati ang kamang hinihigaan niya. Hindi na nakapagbihis pa ng damit ang binata. Malalim na ang gabi. Maririnig mo na ang mga kulisap na nag-uusap sa isa't isa. Maging ang mga bulungan ng mga puno at awit ng hangin habang sumasayaw sa paligid sa sobrang tahimik.

Sa kalagitnaan ng gabi ay biglang nagising si Bogs mula sa mahimbing niyang pagkakatulog. Tiningnan niya ang kanyang orasan, ilang minuto na lang at maghahating gabi na. Unti-unti nang bumabalik ang buong lakas ni Bogs. Kaya tumayo siyang muli para ayusin ang mga gamit niya at maging ang sarili niya. Nang tuluyan na siyang makatayo ay may napansin siyang mga boses na nag-uusap sa labas mismo ng kanyang kwarto. Huminto siya panandalian at nakinig. Baka kasi guni-guni niya lamang ang lahat. Pero hindi, talagang may nag-uusap sa labas ng kanyang kwarto. Boses ng lalaki at babae. Tiningnan niya ang paanan ng pinto sa kanyang kwarto at meron siyang napansing mga aninong gumagalaw mula sa labas nito. Tinitigan niya itong mabuti at nakumpirma nga niya na may mga tao talaga sa labas ng kanyang kwarto na pawang nagbubulungan sa isa't isa.

Boses ng Babae: Kanina pa siyang tulog, bakit ayaw mo pang pasukin?

Boses ng Lalaki: Hayaan mo na nating sumapit ang hating gabi, bago tayo pumasok.

Boses ng Babae: Hindi na ako makapaghintay.

Boses ng Lalaki: Alam ko, alam ko. Kay tagal mo 'tong hinintay at sa wakas mangyayari na rin, pero konting tiis na lang.

Nagbigay ito ng kunot sa noo ni Bogs. Nakaramdam siya ng konting kaba. Nais niyang hindi pansinin ang mga boses na naririnig niya, kahit na hindi gaanong malinaw ang mga salita sa kanyang tenga ay alam niyang may mga binabalak ang mga kung sino man ang nasa labas. Yun nga lang hindi niya alam kung masama o maganda ang balak nila. Dahil sa hindi na mapakali si Bogs ay nagdesisyon siyang buksan at tingnan na lang kung sino man ang mga taong nasa labas ng kanyang pintuan, at dahil na rin para mabigyan niya ng katahimikan ang kanyang isip at nararamdaman. Unti-unti niyang nilapitan ang pintuan ng kanyang kwarto. Napakaliit ng bawat hakbang niya, sinisiguro niya na walang ingay siyang magagawa para hindi mamalayan ng mga taong nasa labas ang paglapit niya. Konti na lang at maaabutan na niya ang pinto, pero, sa huling pag-apak niya sa sahig ay biglang tumunog ito. Sa sobrang luma na rin ng bahay at dahil nga sa sobrang tahimik ay medyo malakas ito pakinggan. Biglang huminto ang nag-uusap. Huminto ang tunog o bosses sa labas, maging ang mga anino. Nang namalayan na ito ni Bogs, ay hindi na siya nag-atubili pang abutin ang hawakan ng pinto at tuluyan itong buksan. Sa biglaan niyang pagbukas, tumambad sa kanya ang…

… madilim at walang taong pasilyo.

Isasara na sanang muli ni Bogs ang pinto nang napansin niya ang konting ilaw na nagmumula sa may hagdanan na unti-unting nawawala na para bang may bumababa na may dala-dalang ilaw. Dahil dito, ito'y kanyang sinundan.

Chapter 17

Dahan-dahang lumabas ng kwarto si Bogs at pumuntang hagdanan. Nakita niya ang ilaw na sinusundan niya na pumuntang kusina. Kaya bago pa tuluyang mawala sa paningin niya ang ilaw ay sinimulan na niyang bumaba. Unang hakbang walang tunog, pangalawang hakbang wala pa ring tunog, hanggang sa pangatlo. Pilit na hinahabol ni Bogs ang kanyang hininga, hindi na rin mabilang ang mga pawis na pumapatak mula sa kanyang noo. Basang basa na ang binata sa sarili niyang pawis. Lunok siya nang lunok ng laway. Pang-anim na hakbang, pampito, pangwalo, pangsiyam at pangsampu. Sa wakas ay nakababa rin siya ng hagdanan na walang nagagawang ingay. Nang tuluyan na niyang maabot ang unang palapag ay nagmamasidmasid muna siya. Walang tao sa buong kwarto. Kaya pumunta na siyang kusina para tingnan kung sino ang may dala ng ilaw. Napakagaan ng bawat hakbang niya na para bang naglalakad siya sa hangin. Nang narating na niya ang entrada papuntang kusina, ay agad siyang sumilip. Walang tao. Tanging ang lampara lamang na nakasindi ang naiwan na nakalapag malapit sa lababo. Nagsimula na siyang magtaka, pumasok siya nang tuluyan sa nasabing silid at tiningnan ang paligid. Wala naman siyang nakitang ginalaw o nagbago man lang. Nang mapansin niyang hindi gaanong nakasara ang pinto nito papuntang likuran. Agad niya itong nilapitan, pero, nang narating niya 'to ay nag-atubili pa siyang hawakan ang *doorknob* at nang nagkalakas loob na siya ay agad niya itong hinawakan at hinila. Bumukas ang pinto at ang tanging nakita niya lamang ay madilim na likod na puro kakahuyan at talahiban. Nilabas niya ang kanyang ulo para tingnan pa ang ibang bahagi ng lugar, pero wala talaga, ni anino ng isang tao. Kaya sinara na lang niya itong muli at umalis ng kusina. Pinatay niya ang ilaw bago siya umalis at tuluyang bumalik sa ikalawang palapag. Wala ng ilaw sa kanyang kwarto pagbalik niya dahil wala na itong gaas. Sinara niyang muli ang kanyang kwarto at humiga na lang muli dahil sa wala naman siyang makitang dahilan para magligpit at magbihis.

Biglang tumunog ang matandang orasan sa may sala. Hating gabi na. Hindi ito namalayan ng binata dahil sa napasarap na naman ang kanyang tulog. Napakalapad talaga ng silid na kanyang pinagpapahingahan. Napakaluma nga lang ng mga gamit. Panahon pa ng mga Kastila ang mga kagamitang nakapalibot sa kanya. Mula sa kama, sa upuan, sa kabinet hanggang sa salamin.

Sa kalagitnaan ng pagpapahinga ng binata ay gumalaw siya at tumagilid pakaliwa. Sa paggalaw niyang ay may napansin siyang nakaumbok sa kanyang higaan. Alam niyang hindi 'yon unan o kumot man lang. Masyadong malaki para maging isang unan at hindi rin gaanong malambot para maging kumot. Pero malamig, napakalamig, kaya kinapa ito ng binata. Habang kinakapa niya ito ay nakaramdam siya ng kilabot. Tuminding ang kanyang mga buhok sa kanyang braso at agad na inalis ang kamay. Kinapa niya ang kanyang bag sa sahig na nilagay niya lamang malapit sa kama. Binuksan niya ang *zipper* at hinalughog ang loob nito. Hinanap niya ang kanyang *cellphone*, pero hindi niya ito mahanaphanap hanggang sa mahulog siya sa sahig. Sa kanyang pagkakahulog, ay nabaling ang kanyang mga mata sa paanan ng kanyang pinto at may anino na naman siyang nakikita pero agad din itong umalis. Mas lalo siyang nataranta at naghanap siyang muli. Muling bumalik ang mga pawis sa kanyang katawan. Nakaramdam na naman siya ng sobrang init sa sobrang kaba. Nilabas na niya halos lahat ng gamit niya mahanap niya lang ang kanyang *cellphone* hanggang sa makita na nga niya ito. Agad niyang binuksan ang *flashlight* sabay lunok ng laway.

Napakaliwanag ng *cellphone* ng binata, unti-unti siyang tumatayo habang naglalakad nang marahan papalayo mula sa kanyang kinabagsakan. Unti-unti niyang inaangat ang dalang *cellphone* at dahan-dahang tinutok sa kanyang pinagmulang higaan. Habang ginagawa niya ito ay paatras naman siyang naglalakad papuntang pinto. Nang tuluyan nang naabot ng liwanag ang bagay na nakapa niya kanina, ay ganon na lang ang gulat ni Bogs na halos ikinahimatay niya.

Bumulaga sa kanya ang bangkay na katawan ng dating kasintahan.

Chapter 18

Gusto ni Bogs sumigaw pero alam niyang hindi pwede. Tinakpan na lamang niya ang kanyang bibig ng isa niyang kamay habang ang isa ay nanginginig na nakahawak sa *cellphone* na nakatutok pa rin sa higaan. Hindi kinaya ng binata ang kanyang nakikita kaya agad niyang pinatay ang *flashlight*, tumalikod, humarap sa pinto at umiyak nang tahimik. Muli niyang binuksan ang *cellphone* at wala pa ring signal. Habang nilalabas ni Bogs ang kanyang takot sa pamamagitan ng pag-iyak ay hindi niya namamalayan na nagpakita na namang muli ang babaeng nakaputi nakatayo malapit sa kama. Pagkatapos ng ilang segundo ay gumalaw ang babae mula sa kanyang kinatatayuan. Papalapit siyang nakalutang sa binata, dahan-dahan. Samantala, alam naman ni Bogs na may papalapit sa kanya. Ramdam niya ang presensya ng babae na nasa kanyang likuran. Ilang hakbang na lang at maaabutan na siya ng nakaputing babae. Hinahabol na naman ni Bogs ang kanyang hininga. Mas lalong dumadami ang pawis sa kanyang buong katawan lalo na sa kanyang noo. Pilit niyang pinipigilan ang kanyang sarili na sumigaw hanggang sa nakapa niya ang hawakan ng pintuan. Pero tatlong hakbang na lang ay abot na siya ng babae. Agad na inikot ni Bogs ang hawakan at tuluyang lumabas ng kwarto. Tumilapon siya sa dingding kaharap ng kwarto niya na siyang naging dahilan para malaglag ang kanyang telepono at mamatay. Agad niyang hinarap muli ang silid na nakabukas pa at wala na doon ang babae.

Agad siyang bumaba, pero sa pagkakataong ito ay wala na siyang pakialam sa nagagawang ingay ng mga hakbang niya. Agad siyang dumiretso sa may sala at pumuntang pinto. Sinubukan niya itong buksan pero laking gulat niya nang makita niyang nakakadena ito. Sinubukan niya ang bintana pero masyadong mahigpit ang pagkakasara at hindi niya ito mabuksan-buksan. Hanggang sa naalala niya ang pinto sa may kusina at ang lampara na makakatulong sa kanyang magbigay ilaw sa daan. Agad siyang pumunta sa nasabing silid at nandun pa nga ang lampara kaya naghanap siya ng posporo. Habang naghahanap siya ay narinig na lamang niya bigla ang malalaking yapak na nanggagaling sa ikalawang palapag. Mas lalo niyang binilisan ang paghahanap. Muli niyang narinig ang mga yapak, napansin niya na papunta itong hagdanan. Pinagpatuloy ng binata ang paghahanap, nanginginig na nang sobra ang kanyang mga kamay sa sobrang takot. Naghanap siya mula sa kabinet sa baba hanggang sa itaas pero wala talaga. Ginala niya ang kanyang paningin sa buong paligid hanggang sa napansin niya ang isang bagay na nakalapag sa mesa sa may sala. Ang posporo! Agad siyang pumunta sa may sala at nilapitan ang mesa. Nang malapitan na niya nang tuluyan ang mesa at makuha ang bagay na kinakailangan niya ay tumambad sa kanyang hubad na mga mata ang babaeng nakaputi. Nakalutang sa may hagdan, hindi pa rin kita ang mukha.

Napatakbo bigla si Bogs pabalik ng kusina, binuksan niya ang lampara at sinindihan. Agad naman itong umilaw. Pumunta siyang pinto at binuksan ito. Tuluyang nakalabas ng bahay ang binata at umikot papuntang harapan ng bahay. Pagdating niya sa harap ay nandun pa ang kanyang kotse, agad niya itong nilapitan, binuksan ang pintuan at pumasok. Pinasok niya ang kanyang mga kamay sa bulsa at hinanap ang susi pero sa kasamaang palad ay naiwan niya ito sa *bag* niya na naiwan naman niya sa kwarto sa ikalawang palapag. Galit na galit si Bogs at nilabas niya ito sa pamamagitan ng pagsigaw nang malakas at pinagpapalo niya ng kanyang mga kamay ang manibela. Pero alam ni Bogs na hindi siya dapat manatili sa lugar na iyon at hindi niya dapat aksayahin ang oras. Lumabas siyang muli sa sasakyan hawak-hawak pa rin ang lampara at tumakbo papuntang kalsada. Nang nakarating na siya sa kalsada ay nais niyang lumayo sa lugar pero hindi niya alam kung saan pupunta. Tiningnan niyang muli ang bahay, at gumulantang na naman sa kanya ang babaeng nakaputi na nakalutang hindi kalayuan sa kinatatayuan niya na siyang nagpatakbo sa kanya papalayo sa lugar na yaon.

Chapter 19

Takbo lang nang takbo ang kawawang binata, ni hindi niya alam kung saan siya papunta. Ang alam niya lang ay takot siya at kailangang mapalayo siya sa lugar na iyon. Para bang hindi na niya kontrolado ang kanyang mga paa, maging ang utak niya. Habang siya ay patuloy na tumatakbo ay may ilaw na hindi kalayuan sa kanya ang papalapit. Parang sasakyan. Kaya huminto siya at gamit ang lamparang bitbit niya ay winagayway niya ito para mapansin siya ng *driver*. Habang papalapit ito ay nakumpirma niyang sasakyan nga. Isang *truck*. Nang tanaw na niya ang buong katawan ng sasakyan ay binaba na niya ang ilaw na dala-dala at nilagay ito sa lupa katabi niya. Malapit na sana ang *truck* sa kanya nang bigla itong huminto tatlumpong metro mula sa kinatatayuan niya. Muli siyang nagtaka. Tumigil ang makina ng sasakyan sa kakaandar maging ang mga ilaw nito sa harapan. Hindi kaagad lumabas at bumaba ang *driver*. Tinitigan muna ni Bogs ang nakahintong sasakyan at saka dahan-dahan itong nilapitan pagkatapos ng sampung segundo.

Bogs: Tulong! Tulong po!

Bumaba ang nakasay rito at laking gulat ni Bogs sa sumalubong sa kanya. Si Mang Ben na may bitbit na itak.

Nanlaki ang mga mata ni Bogs at agad siyang tumakbo pabalik. Naiwan niya ang ilaw sa sobrang takot at kumaripas sa pagtakbo. Nilapitan ni Mang Ben ang lamparang naiwan ng binata. Binuhat niya ito at bumalik sa loob ng *truck*. Muli niyang pinaandar ang sasakyan at umalis.

Hindi akalain ni Bogs na babalikan niya rin pala ang dinaanan niya kanina. Hanggang sa nakabalik nga siya nang tuluyan sa pinanggalingan niyang bahay. Pagod na pagod na ang kawawang binata. Nais niya pa sana niyang tumakbo at dumiretso pero alam niyang hindi na niya kakayanin pa sa sobrang pagod. Nang nakita niyang paparating na si Mang Ben ay tumakbo na lamang siya pabalik ng bahay at nagdesisyong magtago na lamang hanggang sa sumapit muli ang haring araw.

Nilapitan niyang muli ang kanyang sasakyan at nagtago sa kaliwang bahagi nito para hindi siya makita. Dumating ang *truck* na sinasakyan ni Mang Ben, huminto ito at lumabas si Mang Ben mula rito.

Mang Ben: Kung saan ka man ngayon nagtatago, binata, hayaan mong sabihin ko sa'yo ngayon pa lang na hindi ka na makakauwi pa sa inyo nang buhay. Kinuha mo ang buhay ng anak ko, puwes kukunin ko rin ang buhay mo mula sa mga magulang mo!

Nagsimulang maglakad si Mang Ben papuntang sasakyan. Binuksan niya ang mga pinto nito paisa-isa. Una sa kanang bahagi, pero wala siyang nakita. Kaya umikot si Mang Ben na siyang naramdaman din ng binata, kaya umikot din siya habang nakayuko. Pumuntang harap si Mang Ben at tuluyang nakarating sa kaliwang bahagi ng sasakyan. Binuksan niyang muli ang mga pinto ng sasakyan paisa-isa at ganon din, wala siyang nakita. Isang bahagi na lang ang hindi pa tinitingnan ni Mang Ben, ang likuran kung saan tahimik na nakaupo sa lupa si Bogs. Muling umikot si Mang Ben, ganun din ang binata. Binuksan ng matanda ang pinto at wala pa rin siyang nakita. Bumalik si Mang Ben sa kaliwang bahagi ng sasakyan at si Bogs ay nakasunod lang din sa kanya. Kailangang hindi siya nito makita hanggang sumapit ang umaga. Pumuntang harap si Mang Ben, tinitigan niya ang sasakyan, nagmamatyag, nakikiramdam. Pagkatapos ng ilang segundo ay tuluyan na niyang iniwan ang sasakyan at pumunta sa loob ng bahay. Rinig ni Bogs ang pagsara ng pinto. Muli siyang nakahinga, at napaupo sa lupa. Humagulhol na lamang siya sa sobrang lungkot, takot at sindak na kanyang nararamdaman. Umaasang mabubuhay at makakalabas pa siya nang ligtas sa lugar na iyon. Sa kalagitnaan ng kanyang pagdadalamhati ay nagpakitang muli ang babaeng nakaputi, pero sa pagkakataong ito ay hindi na siya nakalutang kundi gumagapang papunta sa binata. Mas lalong tumindi ang iyak at takot ng binata. Umaatras siya kahit alam na niya na wala na siyang mapupuntahan pa dahil sa sasakyan na nasa likuran niya. Habang papalapit na gumagapang sa kanya ang babae ay pilit naman ang pagdikit niya sa kanyang katawan sa sasakyan. Tahimik lang ang iyak ni Bogs pero pakiramdam niya 'yon na ang pinakamatindi niyang iyak at pinakamaraming luhang lumabas sa kanyang mga mata. Nasa paanan na niya ang babae, pero hindi pa rin ito humihinto, patuloy pa rin ito sa paggapang. Napapikit na lamang ang binata habang nakatagilid ang kanyang ulo. Malapit na sa kanang pisngi niya ang mukha ng babae na natatakpan ng mahahabang buhok. Pagkalipas ng ilang segundo ay… bigla itong naglaho.

Hindi na naramdaman ni Bogs kanyang presensya, kaya dahan-dahan siyang humarap muli na nakapikit. Nang tuluyan na siyang nakaharap ay dahan-dahan niya ring binubuksan ang kanyang mga mata at sa kanyang pagdilat ay tumambad sa kanya… si Mang Ben nakaupo sa harapan niya.

Mang Ben: Bogs.

Agad siyang sinuntok ni Mang Ben na siyang nagpawala nang tuluyan sa kanyang malay.

Chapter 20

Nang bumalik na nang bahagya ang malay ni Bogs ay nagawa na niyang buksan ang kanyang mga mata. Pero medyo nanlalabo pa rin ang kanyang paningin. Pero kahit na hindi gaanong malinaw ang kanyang nakikita ay alam na alam niyang hinihila siya ni Mang Ben gamit ang kanyang mga paa. Hindi na ramdam ng binatilyo ang mga masasakit na bato at lupa maging ang init sa likuran niya habang hila-hila siya ng matanda. Halos ubos na ang kanyang lakas at bugbog sarado na rin siya. Pero habang nakahiga siya ay bigla niyang naalala ang pamilya niyang naiwan niya sa Maynila. Ang mga tawa nila, ang *mommy* niya na nilalambing siya, ang *daddy* niya na pinapasalubungan siya pag galing itong ibang bansa at maging ang yaya niya na nag-aruga sa kanya mula pagkabata hanggang sa lumaki na siya na itinuring na rin siyang parang tunay niyang anak. Nang maalala ni Bogs ang lahat ng 'yon ay biglang bumalik sa kanya ang pag-asa. Sa isip niya ay kahit na mahina siya ay kailangan niyang lumaban hanggang sa huling hininga niya. Kaya naman bigla niyang hinila ang kanyang sariling mga paa at tinulak si Mang Ben gamit ang mga ito. Agad siyang tumayo kahit na nanghihina na siya. Sa pagbagsak ni Mang Ben ay tumilapon ang susi ng *truck* sa lupa mula sa bulsa niya, nakita ito ni Bogs at agad niyang kinuha saka kumaripas nang pagtakbo papuntang sasakyan.

Mang Ben: Bogs!!!!!!!!

Medyo nasaktan din si Mang Ben sa kanyang pagkakabagsak, sumakit bigla ang kanyang likod pero pilit niya pa ring pinapatayo ang sarili.

Sinundan niya si Bogs pero masyadong mabilis ang binata. Narating ni Bogs ang *truck* at tuluyang pumasok rito. Hinanap niya ang susi ng sasakyan pero hindi niya alam kung saan sa sampung susi ang tama. Isa-isa niyang sinubukan ang mga ito. Unang subok ayaw magkasya. Pangalawang subok, nagkasya pero ayaw umikot. Pangatlong subok wala pa rin maging ang pang-apat. Susubukan na sana ni Bogs ang ikalimang susi, nang napansin niyang nawala si Mang Ben sa paligid. Nagmasid siya sa labas, dumungaw siya sa harapan ng salamin ng sasakyan at wala na talaga ang matanda. Dumangaw siya sa may bintana nang biglang hinila ni Mang Ben ang kanyang suot na damit. Iniangat ni Mang Ben ang hawak na itak papunta sa binata, buti na lang ay nakailag si Bogs pero napunit ang kanyang damit at hawak-hawak ng matanda ang kapirasong tela nito. Dagli-dagling isinara ni Bogs ang bintana pero binasag rin ito ni Mang Ben. Sa wakas ay natagpuan na rin ni Bogs ang tamang susi. Agad niya itong pinasok at inikot para gumana ang makina. Sa unang ikot niya ay hindi ito agad umandar buti na lang at sa pangalawang subok niya ay gumana na ito. Agad niyang pinatakbo ang *truck*, palabas na siya ng bakuran nang makita niya si Mang Ben na nakatayo sa entrada. Bigla siyang napahinto at nagtitigan silang dalawa, pero wala nang pakialam si Bogs. Lakas loob niyang pinaandar muli ang sasakyan paabante.

Bogs: Aaaaaahhhhhhh… mamatay ka na!

Agad na umilag ang matanda at dumiretso naman ang binata. Sa sobrang bilis niya ay huli na para iliko niya ang sasakyan at tuluyan na nga siyang bumangga sa malaking puno.

Huminto ang sasakyan at nabalot ito ng makakapal na usok. Muling nawalan ng malay si Bogs dahil sa napalakas na pagkakaumpog ng kanyang ulo sa manibela. Nilapitan ni Mang Ben ang sasakyan at binuksan ang pintuan. Hinila niyang muli ang binata palabas ng sasakyan at bumagsak sa lupa ang kawawang binata. Gumapang siya papalayo sa kinatatayuan ng matanda. Mahinang-mahina. Tiningnan lamang siya ni Mang Ben nang ilang segundo, pero hindi pa lang siya nakakalayo nang tuluyan sa sasakyan ay pinagsasasaksak na siya ni Mang Ben sa likod na walang awa at pagdadalawang-isip. Hindi na nakapagsalita pa ang binata, nakadilat lamang ang kanyang mga mata habang nauubusan siya ng dugo sa kanyang katawan. Wala namang tigil ang matanda sa kanyang ginagawa hangga't hindi pa binabawian ng buhay ang kanyang biktima. Napupuno ng luha ang unti-unting pumipikit na mga mata ng binata. Pero bago tuluyang naputol ang paghinga ni Bogs ay nasilayan at natanaw niya pa ang paanang bahagi ng babaeng nakaputi na nakalutang hindi kalayuan sa katawan niyang pinapaliguan ng sarili niyang dugo. Bulong niya…

Bogs: Patawad.

… ang huling salita niya.

Chapter 21

"Estranghero"

Binihisan ni Mang Ben si Bogs ng barong tagalog at maging ang anak niya ng *gown* na pangkasal. Nang matapos siya ay pinahiga niya ang dalawa sa kama na magkatabi na para bang kinakasal sila. Nang maayos na ang lahat ay pumunta siya sa paanan ng higaan at tiningnan ang dalawa na siyang nagbigay ngiti sa kanyang mga labi. Para siyang isang amang nakangiti habang tinitingnan ang anak na naglalakad papuntang altar, handang isuko sa kanyang mapapangasawa. Habang tinititigan ni Mang Ben ang dalawa ay bigla siyang nagsalita....

Mang Ben: Sa wakas anak, natupad ko rin ang pangako ko sa'yo.

Pagkatapos na pagkatapos niyang sabihin ang mga salitang 'yon ay biglang kumalabog ang pintuan ng kwarto kung nasaan ang matanda at ang dalawang bangkay. Laking gulat ni Mang Ben nang makita niya ang mga pulis.

Mga Pulis: Dapa! Dapa! Huwag ka nang lumaban pa!

72

Wala nang nagawa pa si Mang Ben. Huli na ang lahat, kitang-kita na siya sa akto. Hindi na niya maitatanggi pa ang kanyang nagawa, ang kanyang pagpaslang sa kawawang binatang si Bogs. Sinunod niya na lang ang utos ng pulisya. Dumapa siya at nilagay niya sa kanyang batok ang kanyang mga kamay. Pinusasan siya ng isang pulis, pinatayo at pinalakad palabas ng bahay. Tulala ang matanda at hindi na siya nakaimik pa. Pagdating sa *police station* ay agad siyang pinaupo at tinanong.

Pulis 1: Ano po ba ang nangyari? Kayo po ba ang pumatay?

Mang Ben: Oo, pinatay ko ang binata. 'Yun lang naman ang gusto niyong malaman, hindi ba? Ngayon pwede na ba akong magpahinga? Mahaba-haba din kasi ang binyahe namin.

Pulis 1: May karapatan ka para kumuha ng abogado.

Mang Ben: Hindi ko kailangan ng abogado. Alam ko ang nagawa ko at handa akong harapin ang ano mang parusang naghihintay sa akin. Ngayon, uulitin ko. Pwede na ba akong magpahinga?

Parang binuhusan ng malamig na tubig ang pulisya sa mga naririnig nila. Hindi makapaniwala ang mga pulis sa mga sinasabi at sa lakas ng loob na pinakita ni Mang Ben, na para bang kahit kamatayan ay haharapin niya.

Pulis 1: Sige ipasok niyo na 'yan.

Sinamahan ng dalawang pulis si Mang Ben sa kanyang selda. Tinanggal nila ang posas sa mga kamay ng matanda bago pinapasok sa loob. Naglakad si Mang Ben papasok na may tapang sa kanyang mukha. Walang bahid ng panghihinayang at pagsisisi. Umupo siya sa kanyang higaan at tiningnan ang labas ng kanyang selda. Wala na siya sa kanyang bahay. Sa tahimik at may sariwang hangin na pamamahay. Ngayon ay mabubulok na siya sa mainit, maingay, matao at mabahong selda, dahil sa sobrang pagmamahal niya sa kanyang nag-iisang anak na para sa kanya ay kinuha mula sa kanya.

Tolits: Oi, mga bata. Tingnan niyo, may bago pala tayong kasama. Tatang, kumusta po? Ako po pala si Tolits ang boss ng seldang 'to. Kayo po, ano po ang pangalan niyo?

Titig lamang ang unang isinagot ni Mang Ben. Biglang kumunot ang noo ng tigasing si Tolits at napalunok. Nakaramdam siya ng kilabot at kaba habang tinititigan ang matanda. Bigla siyang napaatras.

Mang Ben: Ben. Ben ang aking pangalan.

Sagot niya.

Chapter 22

Biglang dumating ang pulis na naka-assign sa mga selda kasama na ang selda nina Mang Ben, na si SPO3 Marvin Juan Luna. Tiningnan niya isa-isa kung kompleto ba ang mga preso at kung malinis ba ang bawat selda.

SPO3 Marvin: Magsitayo ang lahat! Ano naglinis na ba kayo ng mga selda niyo?! Patingin nga! Bilis-bilisan ang kilos! Ang natutulog tumayo na! Tingnan ko mga selda niyo!

Agad na kumilos ang lahat. Nagsitabi sila at nagbigay espasyo para matingnan ng pulis ang loob ng kanilang mga selda na hindi na kailangan pang pumasok. Isa-isa itong tiningnan ng SPO3. Masaya naman siya sa kanyang nakikita, panghuli ang selda nina Mang Ben. Pagdating niya kina Mang Ben, medyo nagulat siya sa tumambad sa kanya. Si Mang Ben, nakaupo pa rin sa higaan niya.

SPO3 Marvin: Hindi mo ba narinig ang sinabi ko, tanda?

Mang Ben: Narinig ko.

SPO3 Marvin: May hindi ba maliwanag sa sinabi ko?

Mang Ben: Maliwanag sa akin ang lahat.

SPO3 Marvin: Niloloko mo ba ako?

Sabay lapit ng ulo sa may harang ng selda at tinitigan ang matanda.

Mang Ben: Hindi…

Sabay ganti ng titig sa SPO3. Kumunot ang noo ng sigang pulis sabay lunok. Bigla siyang napaatras at nagsalita…

SPO3 Marvin: Sige na, tapos na tayo dito. Hoy kayo…

Turo niya sa mga tao sa selda ni Mang Ben.

SPO3 Marvin: Maglilinis kayo ng banyo ngayon ha. Lahat kayo! Maliwanag?!

Mga Preso: Opo, *sir*.

Biglang napatingin si Tolits kay Mang Ben habang naliligo sa sarili niyang pawis.

Marvin: Tara na!

Sabi ng pulis sa mga bata niya. Sabay alis palabas ng selda.

Agad na dumiretso si SPO3 Marvin sa opisina niya at inutusan ang kanyang isa sa mga bata na hanapin ang mga papeles tungkol sa kaso ni Mang Ben. Kinuha niya ang isang kaha ng sigarilyo sa kanyang *drawer* at nagsindi ng isang *stick*. Lakad nang lakad ang pulis sa loob ng kanyang silid. Paroo't parito na para bang hindi siya mapakali pagkatapos ng nangyari. Biglang dumating ang pulis na inutusan niya.

Pulis 2: Sir, hindi pa raw handa kasi kakapasok lang ng matanda. Kanina lang raw.

SPO3 Marvin: Sige, patawag mo na lang ang isa sa mga humuli sa bagong pasok.

Pulis 2: Sige po.

Agad na sumunod ang utusang pulis. Ilang minuto lang ang lumipas ay bumalik na siya kasama ang isa sa mga pulis na humuli kay Mang Ben.

Pulis 3: *Sir?*

SPO3 Marvin: Sino ang bago? Anong kaso?

Pulis 3: Ben po, yan lang po ang nakuha naming impormasyon sa ngayon, *sir. Murder* po ang kaso niya. Bakit po, sir, may problema ho ba?

SPO3 Marvin: Wala, wala. Sige na makakaalis na kayo.

Naiwang mag-isa ang naghahari-hariang pulis sa loob ng kanyang opisina, walang tigil sa paninigarilyo. Pilit na pinapalabas ang nararamdaman sa hindi pa nalalamang dahilan sa pamamagitan ng pagbuga niya ng usok.

Chapter 23

Samantala, pinalabas sa kanilang selda sina Mang Ben. Pinapunta sila sa banyo upang maglinis dahil sa nagawang pambabastos ng matanda kay SPO3. Kasalanan ng isa, kasalanan ng buong selda, 'yan ang patakaran nila. Sa loob ng banyo na pwedeng palikuran pwede ring paliguan na siyang ginagamit ng mga preso ay hinarap nina Mang Ben ang kanilang parusa.

Preso 1: Ano ba yan? Bakit kasi ayaw na lang tumayo kanina? Pati tayo nadamay.

Tolits: Maglinis ka nalang.

Wika ng siga ng selda na biglang nanlambot nang dumating si Mang Ben sabay tingin sa matanda. Hindi nalang pinansin ng matanda ang sinabi ng kanyang kasamahan maging ang pinapagawa sa kanila. Kumilos na lamang siya ng kusa suot ang napakaseryosong mukha. Wala siyang emosyon, maging ang mga mata niya, hindi mo mababasa. Kinuha niya ang isang timba at *brush* at pumunta sa may gripo. Nilagyan niya ng tubig ang naturang lalagyan sabay tingin sa labas ng banyo. Pagkalingon na pagkalingon niya ay biglang may dumaan na matanda na kasing tanda niya. Nakasuot ng pang *janitor* na *uniform* nakatingin rin sa kanya, pero panandalian lamang ang pagtitigan nila dahil lumagpas din ito ng pintuan. Dumaan lang talaga nang saglit kung baga.

Kiniskis ni Mang Ben ang gamit niyang *brush* sa sahig na gawa sa *tiles* maging ang dingding ng banyo. Basang-basa na siya ng kanyang pawis at idagdag mo pa ang tubig na ginagamit niya. Punong-puno na rin ng bula ang kanyang mga kamay at konti sa kanyang damit at tuhod sa kakayuko niya. Abala ang lahat sa kani-kanilang mga gawain, nais nilang matapos kaagad ang kanilang ginagawa para makabalik na sila sa kanilang selda at makapagpahinga. Umabot din ng isang oras ang paglilinis ng mga preso sa loob ng banyo hanggang sa dumating ang isang pulis.

Pulis 2: Hoi, tama na 'yan. Magsibalik na kayo, maliban sa'yo.

Sabay turo kay Mang Ben. Tumingala lamang ang kawawang matanda sa nakatayong pulis sa kanyang harapan habang nagkikiskis siya ng sahig.

Pulis 2: Tapusin mo 'yang ginagawa mo. Kayo naman, sige na umalis na kayo dito at bumalik na kayong selda at maghahapunan na kayo maya-maya. Ikaw, tapusin mo yan ha, dapat malinis ang buong paligid at dapat walang dumi kahit katiting sa bawat *tiles*. Naiintindihan mo?!

Hindi sumagot ang matanda. Sa halip binaling na lang niyang muli ang kanyang tingin sa nililinisang sahig at nagpatuloy sa pagkukuskos. Napakamot na lang ang pulis sa kanyang noo nang hindi makatanggap ng sagot mula sa kanyang kinakausap at umalis na nang tuluyan.

Pagkaalis na pagkaalis ng pulis ay biglang dumating ang kaninang *janitor* sa loob ng banyo at sinamahan ang matanda.

Janitor: Bilib din ako sa'yo, ang tapang mo rin, noh?

Sabay kuha ng *mop* at nagsimulang ipunas ito sa sahig.

Chapter 24

Hindi pinansin ni Mang Ben ang *janitor* habang wala itong tigil sa kakausap sa kanya. Hanggang sa…

Mang Ben: Anong ginagawa mo?

Janitor: Ha? Ah, naglilinis. Tinutulungan ka. Pinahanga mo kasi ako sa pinakita mong tapang kanina.

Mang Ben: Bakit, ngayon ka lang ba nakakita ng preso na kumalaban at walang takot na tinititigan sila?

Janitor: Oo. Ganun na nga.

Lumipat si Mang Ben ng puwesto at nagsimula muling maglinis.

Janitor: Ano ba kasing kaso mo?

Mang Ben: Hindi mo na dapat malaman.

Janitor: Nako, huwag ka nang mahiya. Marami na akong napakinggan na mga kaso rito. Ano? *Rape*? Pagnanakaw?

Mang Ben: Pumatay lang naman ako ng tao at itinabi ko ang bangkay niya sa patay na katawan ng anak ko. Dapat lang sa kanya 'yon, kasi dahil sa kanya nawala ang anak ko sa akin.

Janitor: Ganon ba? Sino kasi 'tong lalaki na ito sa buhay ng anak mo?

Mang Ben: Kasintahan niya. Ang dami mong tanong ah. Eh kung ako naman kaya ang magtanong?

Janitor: Sige. Wala naman akong dapat itago. Lahat tayo may kanya-kanyang mga baho na lalabas at lalabas rin sa bandang huli.

Nagpatuloy ang *janitor* sa paglilinis.

Mang Ben: Ilang taon ka na ditong nagtratrabaho?

Janitor: Matagal na rin. Bakit mo naitanong?

Mang Ben: Hindi ka ba napapagod? Medyo matanda ka na rin. Parang magkasing edad nga lang tayo eh.

Janitor: Napapagod rin, gusto ko na ngang magpahinga eh. Kaya lang hindi pa panahon, pero alam ko malapit na. May hinihintay lang ako.

Mang Ben: Hinihintay?

Nang biglang may dumating na pulis. Pagdating ng pulis ay pumasok naman ang *janitor* sa loob ng isa sa mga *cubicles*.

Pulis 2: Hoi, tama na yan. Buhusan mo na yan ng tubig. Bilisan mo!

Pagkatapos ni Mang Ben maglinis ay sinamahan na siya ng pulis pabalik sa kanyang selda.

Chapter 25

Nang malalim na ang gabi ay hindi pa rin makatulog si Mang Ben. Nakaupo lamang siya sa kanyang higaan, nakatitig sa sahig. Kinalaunan ay inangat niyang muli ang kanyang ulo at binaling ang paningin sa labas ng selda. Sa kanyang surpresa ay nakita niya ang *janitor*, nakatayo, nakatingin sa kanya.

Janitor: Hindi ka makatulog?

Tanong ng bagong kaibigan ng matanda na may bahid ng bulong, tulog na kasi ang lahat maliban sa kanilang dalawa.

Mang Ben: Anong ginagawa mo diyan? Gabing-gabi na ah.

Umalis ang *janitor* sa kanyang kinatatayuan at nagsimulang mag*mop*.

Janitor: Ganito ang ginagawa ko palagi, naglilinis sa gabi para walang disturbo. Ikaw bakit hindi ka makatulog? May bumabagabag ba sa iyo?

Mang Ben: Kailangan kong makatakas rito.

Janitor: Paano?

Mang Ben: Hindi ko pa nga alam kung paano eh. Sandali, paano ka nakapasok dito sa loob? Eh diba naka*lock* yung *main gate* papuntang mga selda.

Janitor: Baka nakakalimutan mo, *janitor* ako. Malamang binuksan ko gamit ang susi, may susi ako sa lahat ng *gate* para makapaglinis ako kahit saan.

Mang Ben: Kahit sa mga selda namin?

Janitor: Oo naman.

Ang sagot ng *janitor* ay nagbigay ngiti sa mga labi ni Mang Ben. Napaisip siya bigla, at hindi nagtagal lumapit siya sa may harang na gawa sa bakal.

Mang Ben: Hoi, kaibigan.

Janitor: O bakit?

Mang Ben: Halika. Lumapit ka.

Lumapit naman ang *janitor* sa kanya.

Janitor: Bakit ba?

Mang Ben: Gusto mo bang yumaman?

Janitor: Ano bang klaseng tanong 'yan? Sino ba ang tao sa mundong 'to ang hindi gustong yumaman?

Mang Ben: Puwes makinig ka....

Habang nag-uusap ang dalawa ay nagkukunwari namang natutulog si Tolits at sekretong sumilip at tiningnan si Mang Ben at nakinig.

Mang Ben: Tutulungan kitang yumaman. Basta tutulungan mo rin akong makatakas rito.

Janitor: Paano mo ako matutulungan, bakit mayaman ka ba?

Mang Ben: Ganito lang ako pero may tinatago rin akong yaman. May mga ginto at alahas akong nakatago sa *basement* ng bahay ko galing pa sa mga ninuno at mga magulang ko. May *vault* din ako sa loob ng kwarto ko na may lamang pera na nagkakahalaga ng mahigit kumulang na limang milyong piso.

Janitor: Eh paano ako nakakasiguro na totoo ang mga sinasabi mo.

Mang Ben: Eh 'di samahan mo ako sa bahay ko at ako mismo ang mag-aabot ng mga ito sa kamay mo. Ano?

Napaisip ang *janitor* sa alok ng matanda.

Janitor: Pag-iisipan ko.

Nagpatuloy sa paglilinis ang *janitor* sabay sipol. Napaatras naman si Mang Ben at bumalik sa kanyang higaan at tuluyang natulog. Habang si Tolits ay punong puno na ng pawis, dilat ang mga mata sa buong magdamag.

Chapter 26

Kinaumagahan ay biglang bumalik ang lakas at sigla ni Mang Ben. Nakikipag-usap na siya sa mga kasamahan at ngumingiti na rin siya. Hindi alam ng lahat kung bakit siya biglang naging palakaibigan maliban kay Tolits. Kung tama ang kanyang hinala, dahil 'yun sa nangyari kagabi kaya biglang nagbago si Mang Ben.

Pinalabas ang mga preso mula sa kanilang mga selda para makapag-ehersisyo at para makapagpahangin na rin. Sa isang *open court* sila'y nagtipon-tipon.

Preso 1: Ano kayang nangyari kay Mang Ben at biglang nagbago?

Preso 2: Baka may himalang nangyari!

Nagtawanan ang mga bata ni Tolits na nagkukumpulan sa isang sulok, nang biglang....

Tolits: Hindi. Hindi himala. Kababalaghan kamo. May kababalaghan na nangyayari dito.

Wika ng sigang si Tolits habang hindi mabasa ang kanyang mukha, napakaseryoso ng larawan niya at nanlilisik ang mga mata habang tinititigan si Mang Ben na masayang nakikipag-usap sa ibang preso.

Habang kanya-kanyang naglilibang ang mga preso, may iba naglilinis, ang iba nagtatawanan, merong nag-eehersisyo at may iba palakad-lakad lang, ay bigla namang nawala si Mang Ben sa grupo. Umalis siya at pumuntang banyo. Doon nakita niya ang bagong kaibigang *janitor*.

Mang Ben: Kaibigan.

Unang bati niya.

Mang Ben: Kumusta? Kay ganda ng umaga, hindi ba?

Janitor: Parang ang ganda 'ata ng gising mo ah. Anong atin?

Mang Ben: Hindi na kasi ako makapaghintay sa isasagot mo sa alok ko sa iyo kagabi. Ano na?

Janitor: Paano ka nakakasiguro na papayag ako sa alok mo?

Mang Ben: Kaibigan, alam ko na ang takbo ng isip ng mga tao ngayon. Kayang baguhin ng pera ang utak ng kahit na kaninong tao. Pera ang nagpapatakbo ng mundo, maging ng tao.

Napatawa ni Mang Ben ang *janitor* sa sinabi niyang 'yon.

Janitor: Kung gayon, sige tutulungan kita. Sa isang kundisyon.

Biglang nagbago ang ihip ng hangin. Biglang kumunot ang noo ni Mang Ben.

Mang Ben: Kundisyon? Anong kundisyon?

Janitor: Simple lang naman ang kundisyon ko. Gusto ko sundin mo lahat na ipag-uutos ko at gusto ko wala akong marinig na kahit na anong reklamo mula sa iyo. Maliwanag?

Mang Ben: 'Yun lang pala. Makakaasa ka kaibigan.

Sila'y nagkamay at nagkasundong magtutulungan para makalaya si Mang Ben at para yumaman ang bagong kilalang janitor.

Chapter 27

At sinimulan na nga nila ang plano....

Janitor: Makinig ka. Hindi lang paglilinis ang ginagawa ko. Meron pa akong ibang trabaho maliban sa pagiging *janitor*.

Mang Ben: Ano?

Janitor: Ako din ang naglilibing ng mga patay na preso. Ako ang naghuhukay, ako rin ang naglalagay ng lupa sa ibabaw ng kanilang mga kabaong. Libre 'yun, alangan naman sisingilin mo pa ang namatay, hindi ba?

Ang sinabing 'yon ng *janitor* ay nagbigay ng konting tawa sa dalawa.

Janitor: Dito na nililibing ang mga presong walang kamag-anak na naghihintay sa labas. Hindi gaanong malayo mula dito sa bilangguan ang bakanteng lupain na pinaglilibingan ng mga patay.

Mang Ben: Bakit mo ba ito sinasabi lahat sa akin? Ano ba ang koneksyo nito sa plano nating pagtakas ko?

Janitor: Ito ang sagot sa mga problema mo, Ben. Kamatayan ang siyang magpapalaya sa'yo.

Mang Ben: Hindi ko pa rin maintindihan.

Janitor: Puwes makinig kang mabuti at isang beses ko lang 'to sasabihin sa iyo.

Inabot ng *janitor* ang isang susi kay Mang Ben.

Janitor: Ito ang *master key*. Kaya nitong buksan ang kahit na anong selda o pintuan sa gusaling ito. Kapag tumunog ang kampana ng bilangguan anim na beses pagpatak ng alas-3 ng hapon, ibig sabihin niyan may namatay na preso at handa na itong ilibing kinaumagahan pagpatak na pagpatak ng alas-6. Kaya sa parehong araw na marinig mo ang kampana na tumunog ng anim na beses pagsapit ng hating gabi ay lumabas ka mula sa selda niyo at dumiretso kang *main gate*.

Mang Ben: Paano ang mga nagbabantay?

Janitor: Huwag kang mag-alala sa mga nagbabantay kasi tuwing malalim na ang gabi kung hindi tulog ang mga 'yan eh nagsusugal ang mga 'yan sa isang kwarto na malayo sa *main gate*. Kaya huwag kang matakot. Pagkatapos mong makalabas sa *main gate* na ligtas ay pumunta ka kaagad sa morge. Doon tinitembre ang kabaong ng patay habang naghihintay ng umaga. Parating nakasara 'yon. Buksan mo at pumasok ka sa loob. Maglalagay na rin ako ng flashlight sa loob para magamit mo sa kadiliman habang naghihintay kang ilabas kita. Ano, kaya? Kung hindi mo kaya, ngayon pa lang ay sabihin mo na.

Biglang napangiti si Mang Ben sa hamon ng kanyang tagapagligtas.

Mang Ben: Huwag mo akong maliitin, kaibigan.

Sagot niya na may tapang sa boses.

Chapter 28

Isang gabi, sa loob ng selda nina Mang Ben ay nagkukumpulan ang mga preso.

Preso 1: Alam niyo ba ang nangyari kanina?

Sumagot ang mga preso na hindi nila alam kung ano ang nangyari at tinanong ang kasamahan kung ano ang ibig niyang sabihin.

Preso 1: Kanina si Mark, kilala niyo si Mark, 'di ba? Pumunta siyang *CR* nang mag-isa para tumae. Pumasok siya sa unang *cubicle* at doon nagpalabas ng hinaing niya sa mundo. Habang nakaupo siya at seryosong ginagawa ang kanyang misyon ay naramdaman niya na biglang may humawak sa noo niya. Tumingala siya, wala naman siyang nakita. Tapos, pagkatapos ng ilang segundo ay biglang may napansin na naman siyang tumutulo mula sa itaas. Nang tiningnan niya, dugo! Kaya kahit na takot na takot na siya ay talagang tumingala pa rin siya, at nang tumingala na nga siya. Yun!

Biglang nagulat ang mga nakikinig.

Preso 1: Wala pa rin siyang nakita. Nang sa pangatlong pagkakataon ay bigla siyang may napansin na anino sa sahig na paduyan-duyan at may narinig siya na konting tunog sa ibabaw kung saan siya nakaupo. Parang lubid. Kaya tumingala siyang muli nang pabigla at 'yun na nga laking gulat niya nang nakita niya ang isang lalaki na nagpatiwakal, tumutulo ang dugo mula sa ilong nito at abot ang noo niya ng mga paa nito habang nakatitig sa kanya.

Biglang kinilabutan ang mga presong nakikinig.

Preso 2: Eh 'yung nangyari kay Ben.

Napalingon ang lahat kay Mang Ben.

Preso 2: Hindi si Mang Ben, yung ibang Ben. 'Yung batang Ben. Kilala niyo?

Mga Preso: Oo.

Preso 3: Ano ba kasi ang nangyari sa kanya?

Preso 2: Isang linggo na ang nakakalipas mga dapit hapon eh lumayo siya sa grupo niya at pumuntang likuran. Sa may malaking puno ng mangga. Umihi siya doon. Tapos nagdesisyong tingnan ang itaas ng puno at baka may bunga, kaya umakyat siya. Hinanap siya ng kasama niya tapos nakita nga siya sa itaas ng puno kaya siya pinababa. Tinanong siya kung ano ang ginagawa niya sa itaas ang sabi lang niya tinitingnan lang daw niya ang ibabaw ng puno at baka may bunga eh wala naman pala. Kaya umalis na lang ang dalawa. Kinabukasan nagulat ang kasamahan niya nang nagdesisyon siyang umakyat muli ng puno. Tinanong siya ulit ng kaibigan at ganon pa rin ang sagot niya, para tingnan kung may bunga. Sinabihan niya ito na wala ngang bunga ang naturang puno, eh nagpumilit kaya pinagbigyan na lang niya ito pero nagbigay ito ng kaba sa kasamahan ni Ben.

Preso 3: O tapos?

Seryosong nakikinig ang mga kapwa preso sa nagkukwento.

Preso 2: Sa pangatlong araw ay sinamahan muli si Ben ng kanyang parehong kaibigan sa puno ng mangga na may hinalang may hindi nangyayaring maganda. Nang paakyat na si Ben ay pinigilan siya nito at sinigawang wala ngang bunga ang puno ng mangga. Pero nagpumilit si Ben at biglang tumaas rin ang kanyang boses na siyang nagbigay atensyon sa ibang preso kaya sila nilapitan. Nang pinigilan siya ng kaibigan ay nagpumiglas siya bigla at galit na sinabi na papatayin niya ang kahit na sinong pumigil sa kanya na umakyat. Pagkatapos na sabihin ni Ben ang mga katagang iyon ay bigla siyang hinagisan ng kanyang kasamahan ng asin at biglang umusok ang katawan ng binata at nahimatay.

Preso 3: Eh ano ba kasi ang nangyari?

Preso 2: Ayon sa kasamahan na nagligtas kay Ben ay natipuhan daw siya ng isang engkanto na nagbabalat kayo na isang magandang babae sa itaas ng puno ng mangga.

Preso 4: Kalokohan! Ano iyon, si Angel Locsin lang?

Nagtawanan bigla ang mga preso sa loob ng kanilang selda at nakisama naman si Mang Ben maliban kay Tolits. Seryoso pa rin siyang nakatitig sa nagbagong bigla na matanda.

Chapter 29

Isang buwan na ang nakakalipas at wala pa ring kampanang tumunog na siyang hudyat ng pagtakas ni Mang Ben. Hindi na makapaghintay ang matanda sa araw ng kanyang paglaya. Lumipas pa isang linggo ay wala pa rin. Medyo naiinip na si Mang Ben dahil ilang linggo na ang nakakalipas ay nasa loob pa rin siya. Hindi na niya matiis ang katotohanan na nasa likod na siya ng malalamig na mga rehas. Bumalik-tanaw siya sa mga magagandang araw noong nakaupo lamang siya sa harap ng kanilang bahay, humihigop ng mainit na kape habang tinitingnan ang napakaberde niyang bakuran hinihintay ang takip-silim.

Nang dumaan pa ang isang linggo ay bumalik ang seryosong mukha ni Mang Ben at ang kanyang dating ugali na hindi umiimik at hindi nakikipag-usap sa iba. Tulala na naman siya parati habang nakaupo sa kanyang higaan at nakatingin lamang sa sahig. Dahil dito ay napaparusahan na naman ang grupo nila na maglinis, kung hindi ng banyo ay selda ng iba nilang kasamahan sa loob ng bilangguan.

Nang isang araw ay nagkita silang muli ng *janitor*.

Bigla niyang nilapitan ang *janitor* sa banyo habang sila lang dalawa sa naturang silid.

Janitor: O kumusta?

Mang Ben: Anong kumusta? Hindi maganda. Alam mo kung bakit? Kasi ang tagal ko nang naghihintay at wala pa ring nangyayari.

Janitor: Eh sa wala pang namamatay. Anong magagawa ko? Alangan naman may papatayin ako dito para lamang sa plano natin, eh ako naman niyan ang makukulong.

Mang Ben: Eh kung baguhin na natin ang plano?

Biglang napahinto ang *janitor* sa kanyang ginagawa at napatitig sa matanda.

Janitor: Sige nga, tulad ng ano?

Napaisip bigla si Mang Ben, palakad-lakad siya sa harap ng kaibigan.

Janitor: O ano? Wala at isa pa binalaan na kita hindi ba, na ayaw kung makakarinig ng reklamo mula sa iyo.

Mang Ben: Alam ko, pero hindi mo naman ako masisisi kasi kay tagal ko nang naghihintay ay wala pa rin. Nandito pa rin ako. Parang hindi naman gumagana plano mo eh.

Janitor: Kung ganon, dahil sa wala ka nang tiwala sa mga plano ko, akin na ang susi.

Mang Ben: Ano? Sandali lang....

Janitor: Hindi gagana ang plano Ben kung hindi mo kayang pigilan ang sarili mo na makalabas kaagad. Kailangan sa planong ito ay pasensya. Kung ayaw mo nang magpatuloy ay sabihin mo na ngayon din at buong puso kung tatanggapin ang iyong desisyon at kunin ang susi mula sa iyo. Ikaw naman ang gustong lumaya dito, hindi ba? Hindi naman ako.

Biglang napahinto si Mang Ben at pilit na hinahabol ang paghinga. Alam niya kasi sa kaloob-looban niya na kung wala ang *janitor* na tutulong sa kanya ay hindi rin siya makakalaya. Kaya siya napabuntong hininga at kalmang nagsalita…

Mang Ben: Sige, pasensya. Hindi lang talaga ako makapaghintay. Patawarin mo na ako. Basta tulungan mo pa rin akong makalaya. Maghihintay na ako kung kailan man ang takdang oras na iyon. Hindi na ito mauulit.

Binalik muli ng *janitor* ang kanyang isang kamay sa hawak na *mop* at nagpatuloy sa paglilinis.

Janitor: Kung gayon, tuloy ang plano.

Wika niya.

Chapter 30

Isang buwan na naman ang lumipas at wala pa ring kampanang tumutunog. Nawawalan na ng pag-asa ang matanda pero hindi na lang siya kumibo. Nang dumating ang araw na kanyang pinakahihintay, pagkatapos ng tatlong buwan na pagtitiis ay tumunog ang kampana ng bilangguan anim na beses eksaktong alas-3 ng hapon. Nagising ang lahat at nag-usap. Alam kasi nila na may pumanaw na naman sa mga kasamahan nila, pero hindi nila alam kung sino. Napatayo ang nakahigang si Mang Ben mula sa kanyang kama at pumuntang pintuan ng kanilang selda. Napahawak siya sa malamig na rehas ng kanilang selda at napangiti… oras na.

Kaya naman kinagabihan, limang minuto bago maghating-gabi. Tulog na ang lahat, habang ang mga pulis ay nagkukumpulan sa isang kwarto, nagsusugal maging ang nagbabantay sa *main gate* ng mga selda. Si Mang Ben naman ay kunwaring natutulog sa kanyang sariling higaan nang sumapit ang oras na kanyang pinakahihintay.

Dahan-dahang tumayo si Mang Ben mula sa kanyang hinihigaan at nilagay niya ang kanyang unan sa ilalim ng kanyang kumot para magmukhang taong natutulog lang ito. Pumunta siyang pintuan ng kanilang selda at ipinasok ang susi sa butas at inikot. Bumukas ang pinto. Tuluyan niya itong binuksan at tuluyang lumabas mula sa kanilang selda. Sinara niya itong muli at ni-*lock*. Naglakad siya papuntang *main gate*. Mahaba-haba rin ang nilakad niya at ilang selda rin ang nadaanan niya bago niya narating ang kanyang destinasyon. Nang nakaabot na siya sa dulo ay muli niyang pinasok ang *master key* sa loob ng butas at inikot. Nakumpirma niya na hindi nga siya niloloko ng *janitor* dahil bumukas ito. Nagpatuloy si Mang Ben sa paglalakad, talagang sinunod niya ang utos ng bagong kaibigan. Dumiretso siyang morge at pumasok. Sa loob, sa ibabaw ng isang higaan na gawa sa metal kung saan pinapahiga ang mga patay ay nakahimlay ang kabaong ng bangkay. Napabuntong hininga si Mang Ben bago tuluyang lumapit sa ataol, pilit na pinapakalma ang sarili. Kahit na medyo nanginginig sa takot si Mang Ben ay nagpatuloy pa rin siya sa ngalan ng kalayaan. Binuksan niya ang lagayan ng patay at sumilip, hindi nga nagbibiro ang *janitor,* may bangkay nga na hindi niya kilala at *flashlight* sa loob nito. Tiningnan niya ang paligid ng loob ng morge at wala doon ang kaibigan na magliligtas sa kanya. Kaya umakyat na lang siya sa higaan at pumasok nang tuluyan sa loob ng kabaong. Sinara niya itong muli gamit ang takip na kinuha niya kanina. Binuksan niya ang *flashlight* at nagulat siya nang konti nang makita niya ang mukha ng bangkay na nakaharap sa kanya, kaya nagdesisyon siyang tumalikod na lamang habang naghihintay.

Pagsapit ng umaga, saktong alas-6 ay nagising bigla si Mang Ben dahil sa biglang gumalaw ang ataol. Hindi niya namamalayan sa loob kung umaga na ba dahil nga sa sobrang dilim ay hinulaan na lang niya na may araw na at binubuhat na ngayon ang kabaong palabas ng bilangguan papuntang sementeryo. Hindi nga siya nagkamali, dahil rinig niya mismo mula sa loob ang dalawang lalaki na nag-uusap na sa tingin niya ay mga pulis.

Boses 1: Ang bigat naman nito? Parang dalawang tao ang binubuhat natin. Gaano ba kasi kalaki ang nasa loob nito? Buksan nga natin.

Nanlaki ang mga mata ni Mang Ben sa narinig niya at biglang kinabahan.

Boses 2: Huwag, ano ka ba? Alam mo bang malas 'yan, hanggang sa labas lang naman 'to ng presinto. Pagdating natin sa labas ay isasakay din naman 'to sa *pick-up*. Kaya halika na.

Parang nabunutan ng tinik sa dibdib si Mang Ben nang sinimulan nang buhatin ng tuluyan ng dalawang lalaki ang kabaong palabas ng gusali.

Sa loob ay ramdam ni Mang Ben na binubuhat na sila hanggang sa ibaba sila sa likod ng isang *pick-up truck* para ihatid na sa huling hantungan.

Pagdating sa lugar na paglilibingan ay binaba muli ng mga lalaki ang kabaong malapit sa isang hukay. Mula sa loob ay naririnig pa rin ni Mang Ben ang pinag-uusapan nila.

Boses 1: O ano, manong? Ilibing niyo yan nang mabuti ha, diyan lang po kami sa may puno magbabantay sa inyo, medyo mainit po kasi rito. Sige po.

Umalis na nga nang tuluyan ang dalawang lalaki at pumuntang puno na hindi kalayuan sa hukay para hindi matamaan ng sikat ng araw.

Ramdam ni Mang Ben ang pagbaba ng pinagsisidlan niya at ang pagtapak nito sa lupa. Nakakarinig na siya ng mga tunog sa itaas ng takip. Lupa, lupa ang naririnig niya. Sinisimulan na ang paglilibing sa kanya. Hindi mawala sa dibdib ni Mang Ben ang kaba pero konting tiis lang at makakalaya na rin siya. Unti-unting nawawala ang mga kalabog ng lupa sa ibabaw ng ataol dahil na rin ay tuluyan na itong binabalutan ng maraming lupa. Malapit na at tuluyan nang matatapos ang paglilibing. Halos mag-iisang oras din bago natapos ang paglalagay ng lupa. Nakikimatyag si Mang Ben sa mga nangyayari, masyado nang tahimik. Napakatahimik, tanging ang paghinga lamang niya ang maririnig sa loob ng kabaong na tuluyan nang nailibing. Habang sa itaas…

… nilapitang muli ng mga pulis ang naglibing at inabutan ng bayad.

Pulis 1: Salamat, manong ha. Pasensya na po talaga kung naabala pa po namin kayo. Kung buhay lang pa po sana ang *janitor* namin na dating naglilibing ng mga patay. Sige po, tuloy na po kami.

Tuluyan na ngang umalis ang mga pulis maging ang naglibing. Samantala, sa lupang pinaglibingan ng ataol na pinaglalagyan ni Mang Ben sa harap nito ay nakahimlay ang matagal nang patay na *janitor* ng bilangguan na si Ben Prutacio San Miguel.

Habang walang kamalay-malay ang kawawang matanda sa katotohanan, ay napansin niya na masyado na siyang matagal sa loob. Naliligo na siya sa sarili niyang pawis, nang biglang may narinig siyang nagsalita mula sa likod niya sa loob ng napakadilim na kabaong na iyon, wika nito: *"Bilib talaga ako sa iyo, kaibigan. Matapang ka tulad ko, kaya nga ikaw ang napili ko na makasama rito."*

Nanlaki ang mga mata ni Mang Ben, pamilyar sa kanyang tenga ang boses na kanyang naririnig. Napalunok siya bigla, ang lakas ng kabog ng kanyang dibdib, mas lalong dumami ang pawis sa kanyang katawan. Binuksan niya ang *flashlight* na hawak niya para magbigay liwanag sa kanya at dahan-dahan niyang hinarap ang boses na nanggagaling mismo sa likuran niya. Pagkaharap na pagkaharap niya rito, ang ilaw ng dala niyang *flashlight* ang nagbulgar ng katotohanan na nagpatalon sa puso ni Mang Ben.

Ang *janitor* na naging kaibigan niya sa selda ay kaharap niya, nakangiti sa kanya.

Janitor: Kumusta, kaibigan?

Mang Ben: Aaaaaahhhhhhhhh…….!!!!!!!!!!!

Sigaw ng matanda.

"WAKAS"

Epilogue

Nagkagulo ang buong kulungan sa pagkawala ni Mang Ben, nagsisisigaw ang sigang pulis na si *SPO3* Juan Luna sa sobrang galit. Pinalabas niya ang mga kasamahan ni Mang Ben sa selda nila at pinaluhod habang nakalagay ang mga kamay sa kanilang mga batok.

SPO3 Luna: Ano? Wala talagang magsasalita sa inyo?! Ha?!

Naglakas loob na tumayo si Tolits. Nagsitinginan ang lahat sa kanya.

Tolits: Ako, *boss* alam ko kung nasaan si Mang Ben. Nakita ko ang lahat, narinig ko ang lahat. Nakakatakot, nakakalibot.

Idinetalye ni Tolits ang lahat na alam niya.

Balik-tanaw:

Sa unang araw na pumasok si Mang Ben sa selda nila ay nilapitan ni Tolits ang matanda at nakipagkilala. Hindi ito kumibo at tiningnan lamang siya habang katabi nito ang ligaw na kaluluwa ng matandang *janitor* na nakatitig rin sa kanya. Ito ang dahilan kung bakit nanlambot ang tigasing si Tolits.

Pagkatapos ibahagi ni Tolits ang kanyang unang tagpo at karanasan kay Mang Ben ay naalala rin ni *SPO3* Juan Luna ang unang tagpo niya sa matanda nang pilit niya itong pinapatayo noong ininspeksyon niya ang bawat selda. Tinitigan rin siya ni Mang Ben habang ang ligaw na kaluluwa ng *janitor* ay katabi ng matanda nakatitig rin sa kanya.

Nagpatuloy sa pagkukwento si Tolits at isinalaysay din niya ang gabing nakita niyang nakikipag-usap si Mang Ben sa hangin sa harap ng kanilang selda tungkol sa pagtakas niya at pag-alok niya ng pera sa hindi niya nakikita na siyang naging dahilan ng buong magdamag na dilat ang kanyang mga mata. Hindi din pinalagpas ni Tolits ang kwento noong sinundan niya si Mang Ben sa banyo at nakikipag-usap ito sa hindi na naman nakikita ng mga hubad niyang mga mata at rinig niya lahat ng plano nila.

Nang maibigay na ni Tolits ang buong detalye ay naalala ni *SPO3* ang dating *janitor* nila na kasing tapang rin ni Mang Ben na siyang naging dahilan ng pagpanaw niya. Nakita ng *janitor* na si Tatay Ben na naghihithit ng *shabu* ang mga pulis sa loob ng opisina nila. Nang paalis na siya ay gumulantang sa harap niya ang *SPO3*.

SPO3: Ano ang ginagawa niyo, tanda?

Tatay Ben: Ako dapat ang magtanong niyan. Ano sa tingin niyo ang ginagawa niyo? Ha?! Nang nakulong ang anak ko sa lugar na pinagtratrabahuan ko ay hindi ako nagreklamo dahil alam kong may kasalanan din siya at gusto kung magsisi at magtanda siya, matuto! Pero kayo, kayong mga alagad ng batas ay ginagawa niyo mismo ang kasalanang isinampa niyo sa kanya na naging dahilan ng pagkabilanggo niya at pagpapatiwakal niya!

Tinalikuran ng matanda ang kausap na *SPO3*.

SPO3 Luna: Hoi, tanda.

Tawag ng pulis. Humarap naman si Tatay Ben at hindi niya akalain na 'yon na ang huling lingon niya. Sumalubong sa kanya ang bala na nagmula sa baril ng tigasing pulis na siyang kumuha ng buhay niya.

Balik sa kasalukuyan:

Agad na pumunta ang mga kapulisan sa sementeryo at hinukay muli ang pinaglibingan ng bagong preso na pumanaw na, sinama nila ang saksi na si Tolits. Nagtulungan ang limang pulis sa paghuhukay para mapabilis ang trabaho, mga ilang minuto lang ay kita na nila ang kabaong. Nang tuluyan nang maalis ang mga lupang nakapaligid rito at nang kita na ang buong katawan ng kabaong ay nagtinginan ang lahat. Nang tuluyan na nga nila itong buksan.

Unang bumungad sa kanila ang isa pang katawan na nakatalikod, nakaharap sa patay na katawan ng preso. Gamit ang mahabang kahoy ay inikot at pinaharap nila ito.

Nanlumo at nanghina ang lahat sa kanilang nakita. Si Mang Ben, putlang-putla na, nakanganga, dilat na dilat ang mga mata habang nakahawak sa flashlight na dala niya. Ang ilaw nito ay nakatuon sa mukha niya at ang katawan niya ay naninigas na.

Si Mang Ben, patay na sa sobrang takot!